AF519189

INSIGHT PUBLICA®

INSIGHT PUBLICA
Nadakkavu, Kozhikode, Kerala, 673011
www.insightpublica.com
e-mail: insightpublica@gmail.com
Otta Nizhal
(Malayalam Poems)
Yoosuf Naduvannur
Illustrations: Soman Katalur
First Edition: March 2019

ISBN 978-93-87398-87-0

ഒറ്റ നിഴൽ

യൂസഫ് നടുവണ്ണൂർ

INSIGHT PUBLICA®

കോഴിക്കോട് ജില്ലയിലെ നടുവണ്ണൂരിൽ ജനനം. ഗവ. ഹയർ സെക്കണ്ടറി സ്കൂൾ നടുവണ്ണൂർ, ഗവ. കോളേജ് കൊയിലാണ്ടി, ഗവ. ആർട്സ് & സയൻസ് കോളേജ് കോഴിക്കോട്, എം.ജി യൂണി വേഴ്സിറ്റി കോളേജ് ഓഫ് ടീച്ചർ എഡ്യുക്കേഷൻ ഈരാറ്റുപേട്ട എന്നിവി ടങ്ങളിൽ പഠനം. ഇപ്പോൾ ഗവ. ഹയർ സെക്കണ്ടറി സ്കൂൾ, ഇടനീർ (കാസറഗോഡ്) പ്ലസ് ടു വിഭാഗത്തിൽ മലയാളം അധ്യാപകൻ.

ഭാര്യ:

റഹീന പിപി

മക്കൾ :

ദിൽഷാൻ യൂസഫ്

ഹർഷാൻ യൂസഫ്

വിലാസം:
ഷാൻസ്,
നടുവണ്ണൂർ-പി.ഒ,
കോഴിക്കോട്- 673 614

Mob: 9846388907
Email: yoosufpottol@gmail.com

യൂസഫ് നടുവണ്ണൂർ

എന്റെ വല്ല്യമ്മച്ചിയ്ക്ക്...

മയമില്ലാത്ത വാങ്മയം

കല്പറ്റ നാരായണൻ

ഒറ്റ വാക്കിൽ നാം അപരിചിതരായിത്തീരാം (ചിര പരിചിതരുമായിത്തീരാം) ഈ വാക്കിലാണ് കവിത എഴുതപ്പെടേണ്ടത്. ആ ഒറ്റ വാക്കു കൊണ്ട് നമ്മിൽ സംഭവിക്കുന്ന പരിണാമത്തെക്കുറിച്ച് യൂസഫ് തുടരുന്നു. 'നീ പുതിയ രാജ്യവും / ഞാൻ അയൽ രാജ്യവുമായി സ്വാതന്ത്ര്യം പ്രഖ്യാപിക്കും!' ഞാൻ മാതൃരാജ്യവും നീ ശത്രുരാജ്യവുമായി മാറും. ദുസ്വാതന്ത്ര്യങ്ങൾക്ക് സ്വാതന്ത്ര്യം കിട്ടും. സന്ധികളില്ലാത്ത നിരന്തര യുദ്ധം. എല്ലാ ഇടവേളകളും അടുത്ത യുദ്ധത്തിനുമുമ്പുള്ള ഇടവേളകളായിത്തീരും. ശത്രുരാജ്യങ്ങൾക്ക് മാത്രം പരസ്പരം കഴിയുന്ന തീവ്രതയോടെ നാം നാളുകൾ കഴിക്കും. അതിർത്തിക്കപ്പുറവുമിപ്പുറവും / നാം ഉറങ്ങാതെ കാവലിരിക്കും! മമതാ ബന്ധങ്ങളെക്കാൾ എത്ര ശിഖരങ്ങളാണ് ശത്രുതാ ബന്ധങ്ങൾക്ക്! കവിത ചെയ്യുന്നത് ഭാവനാത്മകമായ സഹവർത്തിത്വത്തിന് ഇടം നൽകലാണ്. അദൃശ്യമായ ഇടങ്ങൾ കുറവല്ല യൂസഫിൽ. 'ഒരിടം' പലേടങ്ങളായി മാറുന്നു.

'ആനയെ വരയ്ക്കുമ്പോൾ ' എന്ന കവിത പലതും ഓർമ്മിപ്പിക്കുന്നു. ആനയെ വരയ്ക്കാൻ എളുപ്പമാണ്. ആനയെ വരയ്ക്കൽ ഏറെ ദുഷ്കരവുമാണ്. വരയ്ക്കുള്ളിലെങ്ങനെയൊരാനയെ ബന്ധിയ്ക്കാം? ആനച്ചന്തമുണ്ട് എന്നു പറയുമ്പോൾ, ആ ആനയിൽ ആന മുഴുവനായുമുണ്ടോ? ഇത്തരം വാങ്മയ ചിത്രങ്ങളിൽ ആന ചെറിയൊരു മൃഗമാണ്. ഇത്ര വലുപ്പം ആനയ്ക്കെന്തിനാണ്? പക്ഷേ ആനപ്പകയറിഞ്ഞാൽ, ആനയുടെ വാത്സല്യമോ സ്നേഹമോ അറിഞ്ഞാൽ ആനയുടെ വലുപ്പം ആനയുടെ ഒരു ഉപമ കൂടിയാണെന്ന് മനസ്സിലാവും. ഇടയുക എന്ന പദത്തെ ആനയാണ് അന്വർത്ഥമാക്കുന്നത്. ആനയിലെ ഈ ഇടയൽ വലിയ ആന്തര സംഘർഷങ്ങളുടെ പ്രതിരൂപമായി മാറുന്നു വൈലോപ്പിള്ളിയുടെ സഹ്യന്റെ മകനിൽ.

“വിരലുറച്ച നാൾ മുതൽ/ തുടങ്ങിയതാണ് / ഒരാനയെ വരയ്ക്കാനുള്ള മോഹം” വരയ്ക്കൽ ഇണക്കലാണ്. അതു കഴിയാത്തവരും, ആനയെ അറിയാത്തവരും ആനയെ വരയ്ക്കാറില്ലെന്നില്ല. ചിന്തകളുടെ ഡൈവിങ്ങ് സ്പ്രിങ്ങ് ബോർഡിൽ അനുവാചകനെ കയറ്റി നിർത്തുന്നുണ്ട് യൂസഫ്. ചാട്ടൂ, പല മലക്കങ്ങളോടെ.

പ്രശ്നപരിഹാരത്തിന്റെ ഒരു പരിചിത ഉദാഹരണമാണ് സൂചിയിലെ നൂൽ കോർക്കൽ. ‘ഒന്ന് നൂല് കോർത്തു തരുമോ?’എന്ന് യാചിക്കുന്ന വൃദ്ധ പ്രായോഗിക ലോകത്തിലേക്കുള്ള തന്റെ പ്രവേശനത്തിന്റെ പ്രയാസം പറയുകയാണ്. വാർധക്യത്തിന് ഇത്ര മികച്ച ഉപമയില്ല. യൂസഫിന്റെ ‘സൂചിയും നൂലും’ എന്ന കവിതയിൽ, ഒരിക്കൽ എത്ര എളുപ്പമായിരുന്നു ഈ നൂല് കോർക്കൽ എന്ന് പറയുന്നുണ്ട്. പക്ഷേ ഇന്നോ? “ചാഞ്ഞും ചെരിഞ്ഞും... നൂല് കടക്കുന്നില്ല.” ഇപ്പോഴത്തെ സൂചികളെല്ലാം ഏറെ നേർത്തത്. ഒട്ടകം സൂചിക്കുഴലിലൂടെ കടക്കുമ്പോലെ ദുഷ്കരമാണ് സമ്പന്നന്റെ സ്വർഗാരോഹണം എന്ന ചൊല്ല് ദൂരെയെവിടെയോ മുഴങ്ങുന്നു. സ്വർഗത്തിലെ സൂചിക്കുഴ കൂടുതൽ ചെറുതാണോ? സ്വർഗ്ഗപ്രവേശനം ദുഷ്കരമാണെന്നതേയുള്ളൂ. അസാധ്യമല്ല.

കെ.ജി. ശങ്കരപ്പിള്ളയുടെ ഗൗളിവാൽ മുറിച്ചിട്ട വാലാണ് യൂസഫിന്റെ ‘ന്യൂജെൻ’. പഴയ തലമുറയുടെ ഗൗളി വാൽ അക്ഷോഭ്യനായിരുന്നെങ്കിൽ പുതിയ ന്യൂജെൻ വാൽ ക്ഷോഭത്തോടെ വെല്ലുവിളിക്കുന്നു. ‘തിരിച്ചറിവില്ലാത്ത തല വാലിനെ അർഹിക്കുന്നില്ല’. തലയും വാലുമില്ലാത്ത പുതുകാലം സ്വാതന്ത്ര്യമോ ദുസ്വാതന്ത്ര്യമോ പരാജയമോ? യൂസഫ് പുതുകാലത്തിനോട് ചേർന്നുനിൽക്കുന്നു. എങ്കിലും അതിൽ ആബദ്ധനാകാതെ.

●

കവിതകൾ

പഠനം

മറ്റൊരാൾ

ഒറ്റ വാക്കിൽ നാം അപരിചിതരാകും.
ഇഷ്ടമില്ലാത്തൊരു വാക്ക്
നമ്മെ നടുവെ മുറിച്ചുകളയും!
ഒന്നിൽ നിന്ന് മുറിഞ്ഞുള്ള രണ്ടായിത്തീരൽ.
നീയൊരു പുതിയ രാജ്യവും
ഞാൻ അയൽ രാജ്യവുമായി സ്വാതന്ത്ര്യം പ്രഖ്യാപിക്കും
സന്ധികളില്ലാത്ത നിരന്തര യുദ്ധം
നമുക്കിടയിലുള്ളതെല്ലാം വെടിവെച്ചിടും.
നമ്മുടെ മനസ്സിലെ നടപ്പാത
നീ കമ്പിവേലി കെട്ടിത്തിരിക്കും.
അതിർത്തികൾക്കപ്പുറവുമിപ്പുറവും
നാമുറങ്ങാതെ കാവലിരിക്കും.
എന്റെ ചെറു ചലനങ്ങളെപ്പോലും
നീയൊപ്പിയെടുക്കും!
എന്റെ നിഴലിനെപ്പോലും
തിരിച്ചറിഞ്ഞാക്രമിക്കാൻ
വേട്ടപ്പട്ടികൾക്ക് പരിശീലനം നൽകി
നീ രാപ്പകൽ കാത്തിരിക്കും
നീ തൊടുത്തു വിടുന്ന ആയുധങ്ങൾക്ക്
നിന്റെ വാക്കിന്റെയത്ര മൂർച്ചയുണ്ടാവില്ലല്ലോ!
നീയുടച്ച കഷ്ണങ്ങളാക്കിയതിനാൽ
എന്റെ മനസ്സിനു മുന്നിൽ അവയെല്ലാം
നിസ്സഹായരായ് നിലംപതിച്ചേക്കും!

ആയുധം വെച്ചൊരിക്കലും
എനിക്ക് കീഴടങ്ങാനാവില്ല
എന്നേ നിരായുധനായിത്തീർന്നതിനാൽ!
●

മീൻ വിളയാട്ടം

ഒഴുക്കുള്ള വെള്ളത്തിലിരുട്ടിൽ
മീൻ പിടിക്കുക നല്ല രസമാണ്.
വെള്ളവും മീനും തമ്മിലുള്ള
ജൈവികരസബന്ധ വിഛേദനം
എളുപ്പത്തിൽ സാധിച്ചെടുക്കാനാവില്ല.
മീനുകളാണെങ്കിൽ ഒഴുക്കിനെതിരെ
തിരിയുന്നത് തന്നെ അപൂർവ്വം
കാഴ്ചകളൂർന്നിറങ്ങി പലപ്പോഴും
മീനുകളോടൊപ്പം നീന്താൻ തുടങ്ങും
അവ പിടയ്ക്കാത്തതു കൊണ്ട്
വേഗം തിരിച്ചറിയാമെന്ന സൗകര്യമുണ്ട്.
ഒരു കയ്യിൽ കോരുവലയും
മറുകയ്യിൽ വെട്ടവുമായി
വെള്ളത്തിലിറങ്ങി നിൽക്കുമ്പോൾ
നിലംപറ്റികൾ കാൽവെള്ളയിൽ
ഉമ്മവെച്ചിക്കിളിപ്പെടുത്തിക്കൊണ്ടിരിയ്ക്കും
ചില നനുത്ത ഓർമകളിലേക്ക്
തട്ടിത്തെറിപ്പിക്കാനുള്ള വെള്ളത്തിന്റെ
അടവായതിനെ കണ്ടാൽ മതി!
ഉറച്ചു തന്നെ നിൽക്കണം ഒഴുക്കാണ്!
മീൻപിടുത്തം ഇരുട്ടിന്റെ കലയാണ്!
നീക്കി നിരക്കി വെക്കുന്ന കാലടികൾ
പിടിച്ചാൽ നിൽക്കാത്ത വഴുക്കലിലേക്ക്
പാഞ്ഞുകുത്തിത്തെറിച്ചുളിയിടുമ്പോൾ
വ്യക്തമായും കാണാനാവും
ഒഴുക്കിനെതിരെ നീന്തിപ്പോകുന്ന മീനുകളെ.

●

ഒന്നാം ക്ലാസ് പത്താംതരം

ക്ലാസ്സ് മുറിക്ക് രണ്ടു വാതിൽ
ഒന്ന് അകത്തേക്ക് ഒന്ന് പുറത്തേക്ക്
നാലു ജനലുകൾ നാലും പുറത്തേക്ക്
അകത്തുള്ളതെല്ലാം പുറത്തേക്ക് കുതിക്കുന്നു.

ഒരൊറ്റ ബെല്ല് ഒരൊച്ച
ബെല്ലിന് ഈണം രണ്ട്
ആർക്കും തെറ്റുന്നില്ല
അകത്ത് വരാനും
പുറത്തേക്ക് പറക്കാനും

മീശവെച്ച ഒരു മേശ
കുഴിഞ്ഞു പോയ ഒരു കസേര
വെളുത്തു പോയ ഒരു ബോർഡ്
ബെഞ്ചുകൾ പലത്
ബെഞ്ചിലെ തഴമ്പ്
ഇപ്പോൾ തപ്പിയിട്ട് കാണുന്നില്ല.

ക്ലാസ്സൊരു കാട്
തണൽ കുളിര് പൂഞ്ചോല പൂമ്പാറ്റ
മുന്നോട്ട് മുന്നോട്ട്
എന്നെഴുതി ശരി വരച്ചു.

ക്ലാസ്സൊരു കാട്
സിംഹം പുലി സർപ്പം
കാട്ടുപൂച്ച കാട്ടാളൻ

വിഷം പുരട്ടിയ അമ്പ്
അട്ടഹാസം എന്ന് എഴുതി തെറ്റിട്ടു.

ഇടയ്ക്ക് എഴുതിയതെല്ലാം
കുന്നുകൾ മലകൾ മറച്ചുകളഞ്ഞു.

ഒന്നാം ക്ലാസിലെ ഒന്നാമത്തെ ബെഞ്ചിനും
പത്താം തരത്തിലെ പത്താമത്തെ ബെഞ്ചിനും
ഒരേ കാല് ഒരേ ഇളക്കം
ഒരേ മുരൾച്ച
●

പുതിയ പദങ്ങൾ വിഗ്രഹിക്കുമ്പോൾ

വിഗ്രഹിച്ചെഴുതാനുണ്ട്
കുറേ പുതിയ പദങ്ങൾ
ആദിമധ്യാന്തപ്പൊരുത്തമില്ലാത്തവ.
അർത്ഥത്തിന്റെ നാനാർത്ഥവും
വിപരീതത്തിന്റെ പര്യായവും
ഉരുക്കഴിച്ച് തന്നെ ഉറപ്പിക്കണം.
പിരിച്ചെഴുതുമ്പോളില്ലാതാകുന്നതാണ് സന്ധി.
ഇപ്പോൾ ഏതുറക്കത്തിലും
വിളിച്ചു പറയാം സ്ത്രീലിംഗം പുല്ലിംഗം
പേരെച്ചത്തിന് പൊങ്ങച്ചമെന്നും
വിനയെച്ചത്തിന് കെട്ടുകാഴ്ചയെന്നും
മാറ്റിയെഴുതാം.
പുറത്ത് കടക്കാനാവാത്ത വിധം
നേരത്തെ വരച്ച വൃത്തം
മാത്ര കണക്കാക്കിയതുകൊണ്ട്
അണുകിട തെറ്റിക്കാനാവില്ല.
അലങ്കാരങ്ങളിൽ ചിലത്
ലക്ഷണത്തിന് പുറത്തു കടന്നിട്ടുണ്ട്.

ഇനി വിഗ്രഹിച്ച് സമാസം നിർണ്ണയിക്കണം
പൂർവോത്തര മധ്യമ പദങ്ങളിലർത്ഥം ശ്വാസം മുട്ടി
വിറങ്ങലിച്ചു കിടക്കുന്നുണ്ട്.
ചില സമസ്ത പദങ്ങളുടെ തുണി ഞാനരിയുമ്പോൾ
നിങ്ങളെന്നെ എന്തു വിളിക്കും?
●

KATALUR

വില്ലുവണ്ടി

ഇഴയാനിഷ്ടമില്ലാഞ്ഞിട്ടൊരാൾ
വില്ലുവണ്ടിയിൽ തലയുയർത്തി പോകുന്നു.
പൊട്ടിച്ചെറിഞ്ഞ
കല്ലുമാലക്കഷണങ്ങൾ
പൂക്കൾ പോലെ.
ചെളി ഉണങ്ങിയ
അരയാൽ കാലുകൾ
ആഞ്ഞു ചവിട്ടി
കത്തിച്ചു കളഞ്ഞ
അക്ഷരങ്ങൾക്ക് മുന്നിൽ
മറ്റൊരു നാളമായ് അയാൾ.
പുറം പൊളിഞ്ഞൊരു മണിയൊച്ച
ആകാശക്കോട്ടകളെ പ്രകമ്പനം കൊള്ളിക്കുന്നു.
പന്തിയിലിരുന്നുണ്ട ചോറിനെന്തു രുചിയെന്ന്
തഴമ്പിച്ചൊരു കൈ സാക്ഷ്യം പറയുന്നു.
അറുത്തെറിഞ്ഞൊരു മുല
പാൽ ചുരത്തി ചോരയിൽ നീന്തുന്നു.
തിളങ്ങുന്നൊരു മൂക്കുത്തിയും
മാറിൽ ചേർത്തൊരു ചേലയും
ഇനിയും കുളിച്ചു തീരാത്ത
എന്നെ നോക്കി
എന്തോ അടക്കം പറയുന്നുണ്ട്!
●

ശലഭം

ഇപ്പോഴെവിടെയാണ്?
ആരും കാണാത്തൊരു മാളത്തിൽ
മണ്ണിനടിയിലൊളിച്ചിരിക്കുന്നു.
പുതിയ മരമായ് മുളയ്ക്കാനാവും !
പുതുമഴ പെയ്യുമ്പോൾ ചിറക് വീശി
പാറിപ്പറക്കാൻ എന്ന് അവൾ.
മാനത്ത് മഴവില്ല് വരച്ച്
ആകാശത്തിന്റെ സ്വാതന്ത്ര്യക്കാഴ്ചകളിൽ
അപ്പൂപ്പൻ താടി പോലെ....?
അല്ല, കത്തുന്നൊരു ചുംബനത്തിന്റെ
അഗ്നി സ്ഫുലിംഗങ്ങൾ
ചിറകു വീശിക്കെട്ടുത്താൻ വേണ്ടി മാത്രം!
●

അക്ഷരത്തെറ്റ്

പണ്ട്
ഗോപാലൻ മാഷ് തല്ലിപ്പഠിപ്പിച്ചതാണ്
അതുകൊണ്ട് ഒരിടത്തും വഴുതി വീണില്ല.
ഏത് ഉറക്കത്തിലും കയറിപ്പോകാവുന്ന
ഗോവണി പോലെ കാണാപ്പാഠം.

ഒരു വളവിലുമുണ്ടായിരുന്നില്ല
അപായ സൂചന.
അ മുതൽ അ: വരെയും
ക മുതൽ റ വരെയും
എത്ര വേഗത്തിലാണ്
സ്കൂൾ വരാന്തയിലൂടെ ഓടിക്കളിച്ചിരുന്നത്!
കയറ്റങ്ങൾ ഇറക്കങ്ങൾ വളവുകൾ ഒടിവുകൾ
എല്ലാം പരിചിത വഴികൾ.

പണ്ട് കുട്ടിയും കോലും
പായിച്ച കളിയിടങ്ങൾ പോലെ.

ഞങ്ങടയിരുന്ന് വിരിയിച്ച ഉത്തരപ്പറവക്കുഞ്ഞുങ്ങൾ
ഏതൊക്കെ കാടുകളിലേക്ക് പറന്നുപോയിട്ടില്ല!
ഇപ്പോൾ പഴയ പോലെ കെട്ടാനാവുന്നില്ല അക്ഷരമാല.

കെണി വെച്ച് പിടിക്കണമോരോന്നിനേയും
കണ്ട മാത്രയിൽ ഓടിക്കളയും.

തൊട്ടാൽ കൈ മുറിയ്ക്കും ചില്ലക്ഷരങ്ങൾ
ഭാരം പേറി വിയർത്തു പോകും കൂട്ടക്ഷരമെടുത്താൽ.

മുഴങ്ങാതെ മൂളിക്കളയും വ്യഞ്ജനപ്പറവകൾ
സ്ഥാനം തെറ്റി വീണേയ്ക്കും ഈണം മുറിഞ്ഞ സ്വരങ്ങൾ.

ഒരു കൊളുത്ത് ഒരു ചന്ദ്രക്കല
എവിടെയെങ്കിലും വിട്ടുപോകും
മുറുകാതെ ഒരു വരി അയഞ്ഞു കിടക്കുന്നുണ്ടാവും
പുറപ്പെട്ട് പോകും തലതെറിച്ച ചില വാക്യങ്ങൾ
വിവസ്ത്രയാക്കപ്പെട്ട് ശ്രദ്ധിയില്ലാതെ ചിലത്
വരികൾക്കിടയിൽ
ചതഞ്ഞരഞ്ഞ് കിടപ്പുണ്ടാവും.

കഷ്ടപ്പെട്ട്
കെണി വെച്ച് പിടിച്ചിട്ടും
ഒരു കാര്യവുമില്ല
വഴങ്ങിത്തരില്ല ഒരെണ്ണം പോലും!
●

പ്രണയം പൂക്കാത്ത വഴികൾ

നിങ്ങൾ പ്രണയിച്ചിട്ടുണ്ടോ?
ഇല്ലെങ്കിൽ
എത്ര ദൂരം നടക്കാനാവുമീമരുപ്പറമ്പിൽ?
ഒരു പുൽക്കൊടി
ഒരിറ്റ് ദാഹജലം
ഒരു നുള്ള് പച്ചപ്പ്
ഒന്നുമുണ്ടാവില്ല.
വിണ്ടു പൊട്ടി നരച്ചു പോവും
അകവും പുറവും

വെയിൽ തിന്നു തീർക്കുമ്പോൾ
വഴി നീളെ കാത്തിരിക്കില്ല
തണൽ പകർന്ന് താജ് മഹലുകൾ
സ്വയം ഒളിച്ചിരിക്കാനുള്ള തുരുത്തുകൾ.

അനിരുദ്ധനെ കാത്ത്
തളർന്നിരിക്കുന്ന ഉഷ
വാടിയ പൂവൊന്ന്
വിടർന്നു കാണാൻ കൊതിച്ച് ദമയന്തി
ദിവസം മൂന്നു കഴിഞ്ഞതറിയാതെ ശകുന്തള
മഴ മേഘം നോക്കി വിങ്ങിപ്പൊട്ടി യക്ഷൻ
ആരെയും കാണില്ല.

തിരിച്ചറിയാനാകില്ല
മുങ്ങിപ്പൊങ്ങും തമസ്സിലെ ഭ്രുചക്രവാളം.
ആശാന്റെ കുടിപ്പള്ളിക്കൂടം

പൂത്തു തളിർത്ത നീർമാതളം
നാലാപ്പാട്ടിറ്റിയ കണ്ണുനീർത്തുള്ളി
ചങ്ങമ്പുഴയിലെ വേലിയേറ്റം
ഇടപ്പള്ളിയുടച്ച മണിനാദം
കളിയച്ഛനലഞ്ഞ ശരത്കാല സന്ധ്യകൾ
ചോര ചാറിച്ചുവപ്പിച്ച പനീർപ്പൂവുകൾ.

ഒരു നക്ഷത്ര സാന്നിധ്യം
ദിശതെറ്റാത്ത സൂചകം
വഴിപിരിയാത്ത കൂട്ട്
ഒലിച്ചുപോയാലും
കുളിരു ബാക്കിയാക്കുന്ന പുഴ
നരച്ചു മങ്ങിയാലും നിറം വയ്ക്കുന്ന യൗവ്വനം
എന്നടെയൊച്ച വേറിട്ടു കേട്ടുവോ എന്ന തന്റേടം.

നഷ്ടപ്പെടുത്തിയില്ലേ
വെട്ടിയാലും പൂക്കുന്ന ആ ചില്ല.
●

നഗരത്തിലെ നാട്ടുപാതകൾ

ഈ വർത്തമാനം
പൂക്കളില്ലാത്ത വസന്തം പോലെ
കുളിരില്ലാത്ത ശിശിരം പോലെ
നിരർത്ഥം.

മനസ്സിന്റെ ഊടുവഴിയിൽ
യാതനയുടെ കനത്ത കാല്പാടുകൾ
കാലം കത്തിവേഷം കെട്ടിയാടുകയാണ്.
ഓർമ്മകൾക്ക് ഒരു വൃദ്ധന്റെ മുഖം
പീളയടിഞ്ഞ കാഴ്ച.

ഹൃദയത്തിന്റെ പിന്നാമ്പുറത്ത്
ഒരു മുക്കിറ്റിപ്പൂ ചിരിക്കുന്നു.
ഓലക്കുടയും കുരുത്തോലത്താടിയും
കൈമണി കിലുക്കി നാട്ടുപാതയിലൂടെ.

പൊട്ടിവീണൊരുങ്ങഞാൽ
വേദനയുടെ ഒരു വിതുമ്പൽ
ചിരട്ടപ്പാത്രങ്ങളിൽ തീരുന്ന വിശപ്പ്
വെളിച്ചം മടിച്ചുണരുന്ന
പുലർകാലങ്ങളിലെ പൂപ്പാട്ട്
നിന്റെ തുമ്പപ്പൂച്ചിരി
പൂക്കുട നിറഞ്ഞ വാഗ്ദാനങ്ങൾ.

തിമർത്താടിയ മനോധർമ്മം
കളി വിളക്ക് തട്ടി മറിച്ചു.

ഇന്ന്
നഗരത്തിലെ ഇരുൾക്കിടക്കയിൽ
അലാറം പട്ടാളച്ചിട്ടയോടെ വിളിച്ചുണർത്തുന്നു.
നിലനില്പിന്റെ തേരോട്ടങ്ങൾ.
ഒരു കാതിനും കേൾക്കാനാവാത്ത നിലവിളി.
നിഴൽ പോലും എനിയ്ക്ക് മുന്നിലാണ്.
ഓടിത്തളരുന്ന ജീവിതപ്പെരുവഴി
ഇനി വാക്കുകൾക്കിടയിൽ ഒളിച്ചിരിപ്പേ ഗതി.

●

പുഴയോട് പറയുമ്പോൾ

പുഴയോട് ഞാൻ പറഞ്ഞു തുടങ്ങും
ഒഴുകിയൊഴിഞ്ഞു പോകേണ്ടവളല്ല
ഉരുക്കഴിക്കുമാജ്ഞാബന്ധനമല്ല
കത്തുന്ന ലാവയിലിറ്റ് കുളിരുമതിയെന്ന്
അവളെ വിശ്വസിപ്പിക്കും.

പൊള്ളിയടരുന്ന തലയോട്ടിയെക്കുറിച്ച്
മേഘങ്ങളിടിച്ച് കുലുങ്ങിയ നെഞ്ചിലെ
വേദന വാറ്റിയെടുക്കുന്ന പ്രണയ ദ്രവത്താൽ
അവളെ നിറയ്ക്കുന്നതിനെക്കുറിച്ച്
അവൾക്കും നീന്തിത്തുടിക്കുന്ന
കുഞ്ഞുമീനുകൾക്കും വേണ്ടി
കുന്നായ് തലയുയർത്തുമ്പോൾ
കാണുന്ന തീക്കാഴ്ചകളെക്കുറിച്ച്
കൊടുങ്കാറ്റുകളിനെ ജീവവായുവാക്കുന്ന
കഠിനരസ വിദ്യയെക്കുറിച്ച്
അവളോട് പറഞ്ഞു കൊണ്ടിരിക്കും.

അവൾ മിണ്ടാതെയെന്നെ നോക്കും
കെട്ടിക്കിടക്കുന്നതിന്റെ ആലസ്യം
ഒഴുകി നനയ്ക്കാനുള്ള
തരിശിടങ്ങൾ കണ്ണിൽ വരച്ച കാളിമ
ഒന്നും പുറത്ത് കാണിക്കാതെ
തണുത്ത വിരലുകളാലെന്റെ
കനലുകൾ വാരിയെടുക്കും

അവളുടെ ആഴങ്ങളിൽ
ഓളങ്ങൾ ദൂരങ്ങളായാർത്തലയ്ക്കുന്നതും
ചിരികൾ ചുഴികളായുണരുന്നതും
ഞാൻ ഞെട്ടലോടെ തിരിച്ചറിയും.

അപ്പോഴും ഒരു തുള്ളി പോലും
എന്റെ തടംവിട്ട് പടരുന്നില്ലെന്നുറപ്പിച്ച്
ഒഴുകാത്ത പുഴകളെക്കുറിച്ച്
ഞാൻ പറഞ്ഞു കൊണ്ടേയിരിക്കും.
●

ആലിപ്പഴം

ഓരോ മഴപ്പെയ്യുമ്പോഴും
ചിതറിത്തെറിയ്ക്കും
നിന്റെ ഓർമ്മകൾ..
ഓടിച്ചെന്ന്
വാരിയെടുക്കാനായുമ്പോൾ
അലിഞ്ഞലിഞ്ഞില്ലാതാകും
നീ പണ്ടു തന്ന
ഉറപ്പുകൾ പോലെ!
●

KATALUR

ഒരിടം

എന്റെ ഒറ്റ ജാതി മരച്ചോട്ടിലേക്ക്
ഒരു വിഷപ്പാമ്പ് ഇഴഞ്ഞു വന്നിട്ടുണ്ട്
കടുത്ത വിഷമുള്ളത്.
തന്നിൽ നിന്നിറങ്ങി
മറ്റുളവരിലേക്ക് പൊരുളായ്
ഇറങ്ങി നടന്നൊരാൾ
അറിവിന്നരുവിയിൽ മുങ്ങി
നട്ടുനനച്ച വളർത്തിയ സുഗന്ധം!
ഒരു വിത്തിൽ നിന്ന്
മുളപ്പൊട്ടിയൊരായിരമിലക്കൈകൾ
കുളിരുപകർന്ന തണൽമരം
ഗുരു യുവാവും ശിഷ്യർ വൃദ്ധരുമാവുന്ന
കണ്ണാടിക്കാഴ്ച പകർന്നയിടം
ധ്യാനിച്ചുണർത്തിയ വാക്കുകളിൽ
മൗനത്തെ കുടിയിറക്കി
ഒച്ചയെ പ്രതിഷ്ഠിച്ച
ഞങ്ങൾ ആടിപ്പാടിത്തിമർക്കുന്ന
കളിയിടത്തിലേക്കാണവൻ
ഇന്നലെ ഇഴഞ്ഞെത്തിയത്!
പാമ്പും കോണിയും കളി
വശമില്ലാത്തതു കൊണ്ട്
കരുതിയിരിക്കയാണ് ഞങ്ങൾ !
●

കുരുക്ഷേത്രം

ഇനി നമുക്ക്
കരിയിലകൾക്കിടയിൽ
തല താഴ്ത്തി പതുങ്ങിയിരിക്കാം.
അല്ലെങ്കിൽ
പറക്കാനാവാത്ത ചിറകുകളും
ഓടാനാവാത്ത കുറിയ കാലുകളുമായ്
ഈ കുരുക്ഷേത്രത്തിൽ അഭിമന്യുവാകാം
ഈ ഉറക്കമില്ലാത്ത രാവുകളിൽ
എനിക്ക് നീയോ നിനക്ക് ഞാനോ
കാവലല്ല.
●

തിരിച്ചു കിട്ടാത്ത കടങ്ങൾ

നീ കീറിപ്പറിച്ച് വികൃതമാക്കിയ
എന്റെ ഹൃദയം
ഞാനൊരിക്കലും തുന്നിച്ചേർക്കില്ല.
അത് തുണ്ടുകളായി നിന്റെ ഓർമ്മ പോലെ
മിടിച്ചു കൊണ്ടിരിക്കട്ടെ.

നീ തട്ടിത്തെറിപ്പിച്ച കിനാവുകളൊന്നും
ഞാൻ വാരിക്കൂട്ടില്ല
നിന്റെ കണ്ണുകൾ പോലെ
അതെന്റെ ഇരുട്ടിൽ മിന്നിത്തിളങ്ങട്ടെ.

നീ പറഞ്ഞു പോയ വാക്കുകളൊന്നും
ഞാൻ മറന്നു കളയില്ല
ഉണങ്ങിപ്പോവുന്ന ഓർമകൾക്ക് ജീവജലമായ്
അതെന്നിൽ നനവു പടർത്തട്ടെ.

നീയെഴുതിയതൊന്നും ഞാൻ മായ്ച്ചുകളയില്ല
കല്ലിൽ കൊത്തിവെച്ച കവിത പോലെ
അതെന്റെ പ്രാണനിൽ മായാതെ നിൽക്കട്ടെ

നീ തന്ന മയിൽപ്പീലി
ഞാനാകാശം കാണിക്കില്ല
എപ്പോഴെങ്കിലുമവ പെറ്റുപെരുകി
നിന്നെത്തേടി വരട്ടെ.

നമ്മളിരുന്ന മരത്തണൽ ഞാൻ മുറിച്ചു മാറ്റില്ല

നിന്റെ ജീവിയ്ക്കുന്ന സ്മാരകമായ്
വേരുകൾ കൊണ്ടതെന്നെ
വരിഞ്ഞു മുറുക്കട്ടെ.

നീ മടക്കിത്തരാത്തതൊന്നും
ഞാൻ മറ്റാരിൽ നിന്നും സ്വീകരിക്കില്ല.
തിരിച്ചു കിട്ടാത്ത കടങ്ങൾക്ക്
ഇനി നിന്റെ പേരിട്ടു വിളിക്കണമല്ലോ!

●

നരമ്പന കുളം

നാട്ടു വിട്ടപ്പോൾ കൂടെപ്പോന്ന
ഒരേയൊരു ബന്ധു.
പങ്കുവെയ്ക്കാനാവാത്ത കരളടുപ്പം
വറ്റാത്ത സ്നേഹം.
മഞ്ഞു ചുറ്റിയ പുലരിയിലും
വെയിൽ ഞൊറിഞ്ഞ പകലിലും
നിലാവുടുത്ത രാത്രിയിലും
തിമർത്തുതീർന്ന കളിക്കാലങ്ങൾ

ചാലുകളുണ്ട് ഓരോ വീട്ടിൽ നിന്നും
ഒഴുകിയെത്തും നേരും നന്മയും.
മുഴക്കങ്ങളാകും
അലക്കു കല്ലിലെ അടക്കം പറച്ചിലുകൾ.
മണിപ്രവാളം
കുളക്കരയിൽ കൈകൊട്ടിക്കളിയാടുമ്പോൾ
ഉണ്ണിയാടിയും ഉണ്ണിച്ചിരുതേവിയും
നാണിച്ച് കുളത്തിൽ ചാടും!
ചൂണ്ടലിൽ കുരുങ്ങും
കുളത്തിലെറിഞ്ഞ കിടപ്പറക്കാര്യങ്ങൾ!

നരമ്പന കുളം
നിലയാംഗങ്ങളില്ലാത്ത പ്രക്ഷേപണ കേന്ദ്രം.
ആതിഥേയനില്ലാത്ത വിരുന്നുശാല.
പരിശീലകനില്ലാത്ത കളരി
കളിരുമ്മ നൽകിയ പ്രണയിനി
ഉള്ളുറപ്പിന്റെ പ്രാർത്ഥന
ഞങ്ങളുടെ വേരുകൾക്ക് ജീവജലം!

ആഴങ്ങളിൽ മുങ്ങാംകുഴിയിട്ട്
ഞങ്ങൾ പൊങ്ങാൻ പഠിച്ചു
നണകളിൽ അണ്ടിപ്പൊട്ടം കളിച്ച്
നേരിനെ തപ്പിയെടുത്തു
നാട്യങ്ങളലക്കിയെടുത്ത്
വെളുത്ത് തെളിഞ്ഞു!

ഈ കയത്തിൽ നിന്നാണ്
ഞങ്ങൾ കരനീന്തിപ്പിടിക്കാൻ പഠിച്ചത്!

●

പ്രായശ്ചിത്തം

പണ്ട്
ക്ലാസിൽ മിണ്ടിയതിന്
അനങ്ങിയതിന്
പേരെഴുതിവെച്ച്
തല്ലുകൊള്ളിച്ച ക്ലാസ് ലീഡർ
അയാൾ
അധ്യാപകനായപ്പോൾ
കുട്ടികളെ ആർത്തുവിളിച്ച്
ഊയ്യാരമുണ്ടാക്കി
ക്ലാസിൽ നിന്നു പുറത്തിറങ്ങാൻ
പഠിപ്പിച്ചു.
●

ആനയെ വരയ്ക്കുമ്പോൾ

ആന ഒരത്ഭുത ജീവി തന്നെയാണ്
ആനയെ വരയ്ക്കുക
ഒട്ടും എളുപ്പമായ കാര്യമല്ല.
ആ തലയെടുപ്പും നീണ്ട കൊമ്പുകളും
തുമ്പിക്കൈയ്യും പെരുവയറും ചെവിയാട്ടലും
ഏതു വരയിലൊതുങ്ങും?
പറഞ്ഞാൽ തീരുമോ ആനച്ചന്തം !
മുത്തശ്ശിക്കഥയിലെ വിസ്മയങ്ങളിലും
ചരിത്ര രഥത്തിന്റെ കൊട്ടാര മുറ്റങ്ങളിലും
പൂരപ്പറമ്പിലെ പൂമരച്ചോട്ടിലും
പൂത്തുലഞ്ഞതാണെന്റെ ആനക്കമ്പം!
വിരലുറച്ച നാൾ മുതൽ തുടങ്ങിയതാണ്
ഒരാനയെ വരയ്ക്കണമെന്ന മോഹം
വരച്ചിട്ടും വരച്ചിട്ടും തീർന്നിട്ടില്ലിന്നേവരെ.

ഈയിടെ ചില ചിത്രകാരൻമാർ
എത്ര അനായാസമായാണ് ആനയെ വരയ്ക്കുന്നത്!
നാല് തൂണ് ഒരു ചുമര്
രണ്ട് മുറം ഒരു വാഴത്തട ഒരു ചൂല്
ഇവ കൂട്ടിച്ചേർക്കുകപോലും വേണ്ട!
●

കാത്തു നിൽക്കുന്നവർ

ഓർമ്മകൾ ചമ്മട്ടിയേന്തി
കാത്തു നിൽക്കുന്നത് എന്തിനാവും?
ചില പ്രഹരങ്ങൾ
വിട്ടഭാഗം പൂരിപ്പിക്കാനുതകുമോ?
ഇനിയും എഴുതിത്തീർന്നിട്ടില്ല
ചില ഉത്തരങ്ങളും അവയുടെ ടിപ്പണികളും.
പകുതി പാടി നിർത്തിയൊരു താരാട്ടിനെ
കരച്ചിലാണ് പൂരിപ്പിച്ചെഴുതിയത്
പറയാതെ പോയൊരു കഥയിലെരാജകുമാരിയെക്കുറിച്ച്
പിന്നീടാരും ഒന്നും പറഞ്ഞില്ല!
കിട്ടാൻ കൊതിച്ച ഒരിറ്റ് ജീവരക്തത്തിന്
ഉപ്പുരസം തന്നെയാവണം
ഉറക്കം മുറിച്ചു കളഞ്ഞ ഏകാന്തതയെ
വിശപ്പ് കയ്യൊപ്പിട്ട് വാങ്ങി തൊട്ടിലാട്ടി.
ചാരി നിൽക്കാനിടമില്ലാത്തതിനാൽ
തളർച്ചയറിഞ്ഞതേയില്ലെന്ന് കാറ്റ്.
പ്രണയമരച്ചോട്ടിലെ കാത്തിരിപ്പിന്
വേരുമുളച്ചതല്ലാതെ ഒരിക്കലും ഇലവന്നില്ല.
അരഞ്ഞരഞ്ഞ് ഭാഗ്യരേഖ മാഞ്ഞു പോയ
ഒരു കൈമാത്രമാണീ നേരുകൾക്ക്
സാക്ഷ്യം പറയാനുള്ളത്.

ആട്ടിപ്പായിച്ചിട്ടും
തെളിഞ്ഞു വരുന്നുണ്ട്
ഓർമ്മ നക്കിയെടുത്ത മങ്ങിയ ചിത്രങ്ങൾ
കാല് കനത്ത പഴയ ഒറ്റയടിപ്പാതകൾ....

●

KATALUR

അസർ മുല്ല

പണ്ടാണ് ഞാനരുവാകും മുമ്പ്
വേരുകളിലൊന്നിൽ പൊടിച്ച ഒരില
പൊട്ടിച്ച് മണത്തപ്പോൾ സുഗന്ധം
അസർ മുല്ല വിരിഞ്ഞ മൊഞ്ച്!

വീടിന് വിളക്ക് നാട്ടിന് വിളക്കുമരം
കരിവീട്ടി കടഞ്ഞ പോലെന്നൊരുപമ
നിറത്തിനൊഴികെ ചേരും ഉപ്പൂപ്പാക്ക്

പുലരിയുണരുന്നതിന് മുമ്പേ ഉപ്പൂപ്പ
കുളിച്ച് വുളു പോൽ ശുദ്ധനാകുന്നു
വെണ്മപുതച്ച ശരീരവും മനസ്സും
സുബഹി ബാങ്കിന് പള്ളിയിലേക്ക്

മകരമഞ്ഞിലൂടെയൊരു
വെള്ളപ്പറവ പാറിപ്പറക്കുമ്പോൾ
പതുങ്ങിയിരിക്കുന്ന ഇരുട്ട് വഴി വിട്ടോടുന്നു

നിലാവൊളിച്ചുപൊത്തിക്കളിക്കുന്ന
ഇടവഴി തിരിഞ്ഞ് ഇടംവലം നോക്കി
ഉപ്പൂപ്പ വലിയ നടപ്പാതയിലേക്ക്
നടവരമ്പത്തു കണ്ടത് ജിന്നോ പൂവോ ?

ഉപ്പൂപ്പ ആവോളം മണത്തു
മൂക്കിൽ ആയിരമായിരം പൂക്കൾ
മണത്തിന്റെ വേലിയേറ്റം
മണത്തിന്റെ കടൽ

മണത്തിന്റെ തിരതള്ളൽ
മണത്തിന്റെ വൻ ചുഴികൾ
ഉപ്പൂപ്പയുടെ തോണി ആടിയുലഞ്ഞു
നങ്കൂരമുറപ്പിക്കാനാവാത്ത നാവികൻ

പുലർകാലങ്ങളിൽ പിന്നീട്
മണങ്ങൾ മാത്രം വിരിഞ്ഞു.
മണം പൂത്ത ജിന്നുകൾ പൂക്കളായ് നിറഞ്ഞു
ഓരോ ദിവസവവും ഉപ്പൂപ്പാക്ക് ഓരോ മണം

ഇന്നലെ പള്ളിപ്പറമ്പിൽ കണ്ടു
വെളുത്ത പൂക്കൾ നിറഞ്ഞു നിൽക്കുന്ന
ഒരു ഖബറിടം
●

ചരട്

നാല്പ്പോളിന്റന്ന് വല്ല്യുമ്മ കെട്ടിത്തന്നു
അരയിലൊരു നൂൽബന്ധം
പൊന്നിന്റെ നിറമായിരുന്നു
ഞാൻ വലുതാവുന്തോറും
നിറം മങ്ങിമങ്ങിയൊരു കറുത്ത ചരടായി.
ഓട്ടുമ്പോൾ ചാട്ടുമ്പോൾ കളിക്കുമ്പോൾ
ചരടെന്നെ മുറുകെപ്പുണർന്നു
ദേഹത്തു പടർന്നൊരു പിടിവള്ളി
ഏളുക്കിലും ഞാൻ സ്തബ്ധൻ!

പിന്നെ ചരടൊരിണപിരിയാത്ത
തുണയായെന്നിലലിഞ്ഞു
ഞാനും ചരടും രണ്ടല്ലാതായി.
ചരട് കയ്യിൽ തടയുമ്പോഴൊക്കെ
വല്ല്യുമ്മയെതൊട്ടുമ്മയെ മണത്തു
മുറിച്ചുമാറ്റിയിട്ടും മുളച്ച പൊക്കിൾക്കൊടി!
പന പോലെ ഞാൻ വളർന്നിട്ടും
ചരട് മാത്രം വലുതായില്ല.
ഇരുട്ട് നിഴലുമായുൾച്ചേർന്ന രാവുകളിൽ
അരയിലെ ചരടൊരനാവശ്യമായി.
അറുത്ത് മാറ്റിയപ്പോൾ
ഊർന്നഴിഞ്ഞുപോയി ചില മുറുക്കങ്ങൾ!
കെട്ടഴിഞ്ഞിട്ടും മുന്നോട്ടായുന്നില്ല
പിന്നോട്ടാരോ വലിയ്ക്കുന്നു.
ഉരച്ചു കഴുകിയിട്ടും പൊട്ടിച്ചെറിഞ്ഞിട്ടും
പറ്റിപ്പിടിച്ച് നിറംവെച്ച് വരികയാണ്
ചുറ്റിലുമെന്റെ ചരടിന്റെ പാട് !

●

ഒറ്റ നിഴൽ

കൂടെപ്പിറപ്പാണ്
കിടപ്പിലും നടപ്പിലും പിന്തുടരുന്നു.
ഇരുട്ടിൽ കള്ളനെപ്പോലെ കുനിഞ്ഞും
വെളിച്ചത്തിലകലം പാലിച്ചും നിൽക്കും
മടിയേതുമില്ല കാത്തിരിക്കാൻ
മുന്നിൽ പിന്നിൽ കാൽച്ചുവട്ടിൽ
അതാണവന്റെ പതിവ്.
കൊതിച്ചാലും നടക്കില്ല കൂടെ.
പാത്തും പതുങ്ങിയും
കാത് കൂർപ്പിച്ചും
എന്നെ അളന്ന് മുറിയ്ക്കും!
ഒരിടത്തുമില്ല സ്വകാര്യത.

പക്ഷേ ഒന്നുണ്ട്
ഒറ്റിയിട്ടില്ലിന്നു വരെ!
●

പാളം മുറിച്ചുകടക്കുമ്പോൾ

മുറിച്ചുകടക്കാനാവാത്തത്രയും
ഊക്കിലാണ് കുതിപ്പ്
ഭൂതത്തിൽ നിന്ന് പുക തുപ്പി വരുന്ന
വർത്തമാനത്തിലെ അലോസരം
നീണ്ടു കിടക്കുന്ന പാളങ്ങൾ
അനന്തതയിലേക്ക് നീട്ടി വരച്ച
ഭാഗ്യരേഖ പോലെ തിളങ്ങും
സമാന്തരങ്ങളെന്ന് ഒറ്റനോട്ടത്തിൽ തോന്നാം
സൂക്ഷിച്ചു നോക്കായാൽ കാണാം
ചില കൂടിച്ചേരലുകൾ കൈമാറ്റ മുദ്രകൾ
കെട്ടിപ്പിണയലുകൾ.

എത്ര ഓടിയാലും തളരാത്ത
ഒരു തീവണ്ടിയുണ്ടെന്നുള്ളിൽ
കൂവിക്കൂവി തെളിയണമെനിയ്ക്ക്!

എവിടെയെങ്കിലും നിൽക്കുമ്പോൾ തോന്നും
ഇതാണവസാനത്തെ സ്റ്റേഷനെന്ന്.
ഒരനക്കവുമുണ്ടാവില്ല
ഒരുശ്വാസം പോലും വിടില്ല.
തൊട്ടടുത്ത നിമിഷം ഒറ്റക്കുതിപ്പാണ്
വാലിൽ തീപ്പിടിച്ച വാണം പോലെ.

മിന്നി മറയുന്ന കാഴ്ചകളോരൊന്നും
പരസ്പര പൂരകങ്ങളോ
അനുബന്ധങ്ങളോ ആണ്.

ഒന്നിൽ നിന്ന് പൊട്ടി മുളയ്ക്കുന്ന മറ്റൊന്ന്
കാഴ്ചയ്ക്കു വഴങ്ങാത്തവ
കരളിൽ കല്ലിച്ചു കിടക്കുന്നുണ്ട്.
പിന്നാലെ ഓടി വരുന്നതോരോന്നും
ഞാൻ മറന്നുവെച്ച ഒഴിവുകഴിവുകളാണ്.
ബാക്കിവെച്ച കടങ്ങൾ
പറയാതെപോയ പ്രിയങ്ങൾ
കൂടെ കൊണ്ടു പോകാനാവാത്ത
ചില ഉള്ളുരുക്കങ്ങൾ.

പിന്നാലെ ഓടിയോടി
അവ തളർന്നു വീണോളും.

പണ്ട്
കുപ്പായമിട്ടു വന്നാൽ
വിരുന്നിന് കൊണ്ടു പോകാമെന്ന്
പറഞ്ഞ് പറ്റിക്കപ്പെട്ട
ഒരു കുട്ടിയുണ്ടുള്ളിൽ വിതുമ്പുന്നു.

പിന്നീട്
വിരുന്നുകൾ പലതുണ്ടെങ്കിലും
ഇന്നേവരെ ഞാനാ കുപ്പായമിട്ടു തീർന്നിട്ടില്ല.

ഇട്ടു തീരാത്ത കുപ്പായവുമായ്
തീവണ്ടിയാത്ര ചെയ്തിട്ടുണ്ടോ?
ഓരോ സ്റ്റേഷനിൽ നിൽക്കുമ്പോഴും
ഓരോ കുടുക്കെങ്കിലും
അഴിച്ച് നേരെയാക്കണമെന്ന് വെപ്രാളപ്പെട്ടും
ഇട്ടാലുമിട്ടാലും നേരെയാകില്ല.
ഞൊറിഞ്ഞുടുത്താലും തീരാത്ത വസ്ത്രംപോലെ
പ്രതീക്ഷ മാത്രം ബാക്കി.

സ്വന്തം ഉടുപ്പിൽ മനമൂന്നിയുള്ള യാത്ര
അകലേക്കകലേക്ക് കൊണ്ടുപോകുന്തോറും
അകത്തേയ്ക്കകത്തേക്ക് ചുരുക്കിക്കളയുന്നു.

അകത്തിരിക്കുന്നവർക്ക്
പുറം കാഴ്ച മറച്ചും
പുറത്തു നിൽക്കുന്നവർക്ക്
അകക്കണ്ണു മറച്ചും
തീവണ്ടി കുതിച്ചോടുക തന്നെയാണ്.

●

കണക്കുപുസ്തകം

ഇന്നത്തെ പരീക്ഷ കണക്കാണ്
തലങ്ങും വിലങ്ങും ചോദ്യങ്ങൾ
ചാഞ്ഞും ചെരിഞ്ഞും ലംബമായും നിൽക്കുന്ന
തലയെണ്ണി വിരലെണ്ണി തലവര തീർക്കേണ്ടവ.

ചെയ്യുന്നതിലും രസമുണ്ട് കണക്ക് പറയാൻ
ആദ്യം തെറ്റിയത് പ്രണയത്തിന്റെ എഞ്ചുവടി.
നേർവഴിയുടെ ഗുണിതം പിന്നീടും.
ഹരിച്ചിട്ടും ഹരിച്ചിട്ടും തീരുന്നില്ല വളഞ്ഞ വഴി!

കൃത്യമായ വില നൽകി
വഴികൾ മാറ്റി ചെയ്തപ്പോഴാണ്
ബന്ധങ്ങൾ ഒരു കണക്കായത്
സ്നേഹവൃത്തങ്ങൾ നിവർന്ന് സമാന്തരങ്ങളായി!

സമചതുരങ്ങളും ത്രികോണങ്ങളും തീർത്ത്
ലാഭനഷ്ടങ്ങളെഴുതിയെഴുതി
എന്റെ കണക്കു പുസ്തകം നിറഞ്ഞു
എന്നിട്ടും
കണക്കിൽപ്പെടാത്തവ
കണക്ക് ചോദിക്കാൻ കാത്തിരിക്കുന്നു!

●

ചായങ്ങൾ

പറിച്ചെറിഞ്ഞിട്ടും വേരിൽ നിന്നും
മുളച്ചു വരുന്ന ചില മരങ്ങൾ

ഇരുട്ട് തിന്നു തീർത്തിട്ടും
ചിരിച്ചുകൊണ്ടു തിരിച്ചെത്തുന്ന പകൽ.
മണ്ണിലലിഞ്ഞില്ലാതായിട്ടും
തണലായ് കുട നിവർത്തുന്ന ഇല.

മടക്കി അയച്ചിട്ടും തിരക്കൈകൾ നീട്ടി
തിരിച്ചു വരുന്ന കടൽ.

കെടുത്തിക്കളഞ്ഞിട്ടും മിന്നിത്തെളിയുന്ന
ആകാശക്കോട്ടയിലെ നക്ഷത്ര വിളക്കുകൾ

തട്ടി മറിഞ്ഞ് ചിതറിത്തെറിച്ചിട്ടും
ഊറിക്കൂടുന്ന
പണ്ട് ഹൃദയ ഭിത്തിയിൽ
നിന്റെ ചിത്രമെഴുതാൻ
ഞാൻ സ്വരുക്കൂട്ടി വെച്ച
കടുത്ത ചായങ്ങൾ!
●

KATALUR

കാവ്യത്തിലില്ലാത്തവൾ

ഇറങ്ങി വരുന്നുണ്ട് ഒരാൾ
കാവ്യത്തിലില്ലാത്തവൾ
തലയിൽ തീയിട്ട
ഒരു കൊന്നമരം.
നീല വേണി
കരിങ്കുവളം
ചെന്തൊണ്ടിപ്പഴം
താമരമൊട്ടുകൾ
ആലില അടിവയർ
നിതംബ വീണ
അന്നനട
ഉപമ ഉൽപ്രേക്ഷ രൂപകം
അർത്ഥാന്തരന്യാസം
ഒന്നുമില്ല.
സസന്ദേഹം തീരെയില്ല.
ഉള്ളത്
ദൃഷ്ടാന്തം മാത്രം
പിന്നെ ചെറിയൊരു കിളിവാതിലും.
●

ആകാശം തൊട്ട്

തിരയുന്നുണ്ടീ കൊടുങ്കാട്ടിൽ
എവിടെയെങ്കിലുമുണ്ടാവും
വെളിച്ചം മങ്ങി മാഞ്ഞിരുട്ടിനോടുത്തിട്ടുണ്ട്
കുത്തിയൊലിച്ച വെള്ളത്തിന്റെ
വഴിയടയാളം
ഒലിച്ചുപോയ ഓർമ്മകളെ
വീണ്ടും തൊട്ടെടുക്കുന്നു.
ഊർന്നിറങ്ങിയ പാടുകളില്ല
അള്ളിപ്പിടിച്ച് കയറിപ്പോയ
അടയാളങ്ങൾ മാത്രം
ഒരാൾ പൊക്കത്തിലല്ല
ആകാശം തൊട്ടാണ് നില്പ്
കാലുകൾ വേരുകൾ പോലെ
കെട്ടുപിണയുന്നുണ്ട്.
പിടിച്ചു വലിക്കുന്നുണ്ട്
പടർന്ന പ്രണയത്തിന്റെ തൊടരി മുള്ളുകൾ.
അഴിച്ചുമാറ്റാനാവില്ല
ജൻമാന്തരങ്ങളിലെ ഇഴയടുപ്പം.
ഇവിടെയെവിടെയോ ഉണ്ടാവും
ഇന്നലെകളിൽ
നിറഞ്ഞാടിയ വന്യതയുടെ
ഇരുൾ നിലങ്ങളിൽ
നാം മറന്നു വെച്ച വഴിത്താരകളുടെ
തിരിച്ചറിയൽ രേഖകൾ.
കാണാതിരിക്കില്ല.
തുടക്കം ഇവിടെ നിന്നായിരുന്നല്ലോ!

പുരാവൃത്തം

പുതിയൊരു കണ്ണാങ്കട്ടയും
പുതിയൊരു കരിയിലയും
കാശിക്ക് തിരിച്ചു.

പുരാവൃത്തം സജീവമായി
നില നിന്നിരുന്നെങ്കിലും
അവരത്
മനഃപൂർവ്വം മറക്കാൻ ശ്രമിച്ചു.
കരാറുകൾ ഒരിക്കൽ കൂടി
തിരിച്ചും മറിച്ചും നോക്കി
തുല്യം ചാർത്തി കൈമാറി.

കാറ്ററിഞ്ഞും കാടറിഞ്ഞും
വഴിയളന്നും ഊക്കറിഞ്ഞും
സമതലങ്ങളിൽ പറന്നും
കുന്നും മലയും ഉരുണ്ടു കയറിയും
കിതപ്പാറ്റി ദാഹമകറ്റി
ലക്ഷ്യത്തിലേക്കൊരു
നേർരേഖ വരച്ചു.

തിരിഞ്ഞു നോക്കുമ്പോഴൊക്കെ
പുരാവൃത്തം
തൊട്ടുപിന്നാലെയുണ്ട്.
ചരിത്രം ആവർത്തനമാണെന്ന്
കരിയിലയും
ആവർത്തനങ്ങളിൽ

ചില പുതുമകളുണ്ടെന്ന്
മണ്ണാങ്കട്ടയും
അനുഭവസാക്ഷ്യങ്ങൾ
പങ്കുവെച്ചു.

കാലാവസ്ഥാ വ്യതിയാനം
ന്യൂനമർദ്ദം
തെക്കൻ കാറ്റ് വടക്കൻ കാറ്റ്
കാലവർഷം
കണക്കുകൾ പലവുരു
കാണാപ്പാഠം പഠിച്ചു.

പക്ഷേ
കാലം തെറ്റിയ മഴയ്ക്കും
കണ്ണില്ലാത്ത കാറ്റിനും
ചരിത്രത്തിൽ പേരുകളുണ്ട്.
അതിന്റെ ഊക്ക്
ഒരു കവിടിയിലും
ഇന്നോളം തെളിഞ്ഞിട്ടുമില്ല.
●

കാണാത്ത വല

എന്തൊരു ചാരുതയാണ്
കണ്ണിൽ നിന്ന് വിരലിലേക്ക്
വിരൽത്തുമ്പിൽ നിന്ന് ഹൃദയത്തിലേക്ക്
എത്ര സൂക്ഷ്മതയോടെ അവൻ നെയ്തെടുക്കുന്നു!
ഒരു ചെറുപ്രാണി പോലും
ഒഴിഞ്ഞു പോവില്ല.
അത്രയ്ക്കുണ്ട് ഇഴയടുപ്പം
കാറ്റിന് പോലും ഇളക്കാനാവാത്ത കരവിരുത്.
പിടിച്ചുലച്ചാലും പൊട്ടാത്ത ബന്ധം.
തൊട്ടു നോക്കിയാൽ പോലും കാണില്ല കണ്ണികൾ
പണ്ട് രാജാവുടുത്ത പട്ടുവസ്ത്രം പോലെ.

ദൂരവും കാലവും മായ്ച്ച്
കാടും നാടും നഗരവും നിറഞ്ഞ്
വലവീശി കാത്തിരിക്കുന്നുണ്ടവർ
അകപ്പെട്ടാൽ പോലും അറിയില്ല ചതി.
കണ്ണുനട്ട് തല കുനിച്ചിരുന്ന് പോവും!
●

സൂചിയും നൂലും

സൂചി കോർക്കാൻ എന്തെളുപ്പമായിരുന്നു!
കടിച്ചീമ്പി നൂലറ്റം കൂർപ്പിച്ച്
സൂചിയുടെ മർമ്മ സ്ഥാനത്ത്
ഒന്ന് തൊട്ടാൽ മതി
ഉടനെ നൂലിലാടും ഒരീണം!
ഒറ്റക്കത്തിൽ സൂചി കോർക്കാൻ
വിരുതാർക്കില്ലാത്തു എന്ന്
ഞാൻ പുളകിതനാവുമായിരുന്നു!
ചാഞ്ഞും ചെരിഞ്ഞും നോക്കിയിട്ടും
ഒരു കണ്ണ് അടച്ചു പിടിച്ചിട്ടും
സൂചി ശീർഷാസനം ചെയ്യുമെന്നല്ലാതെ
നൂല് കടക്കുന്നില്ല.
ഇപ്പോഴത്തെ സൂചികളെല്ലാം
എത്ര നേർത്തതാണ്.

●

മടക്കം

മഴ പെയ്യുമ്പോഴുള്ള പച്ചമണ്ണിൻ മണം
അകത്തെ മൂലയിലൊരിടത്തുണ്ട്.
ഉപയോഗ ശൂന്യം.

പോയകാല രുചികൾ തിളച്ച
അടുപ്പിനെയോർത്ത് നെടുവീർപ്പോടെ
ഓലക്കണ്ണി പുകഞ്ഞ് കരിപിടിച്ചത്
പകൽ സദ്യയിലും
രാത്രി പാനങ്ങളിലും
ഒരുപോലെ പൊള്ളിയത്.
കഴുകിക്കഴുകി നേർത്തുപോയത്.

പല തവണ ഉടഞ്ഞിട്ടും
കൂടിച്ചേർന്നൊരു നനഞ്ഞ ഹൃദയം.
ഇനിയൊരു വറ്റും വേവാത്തത്ര ദുർബലം
മൂല്യം പോയ പുരാവസ്തു.

ഈ സ്ഥലം മുടക്കി
ഒന്നുടഞ്ഞ് കിട്ടിയാൽ
മണ്ണിലേക്കെറിയാമായിരുന്നു എന്ന്
പുതിയ അടുക്കള പിറുപിറുക്കുന്നു.
●

കുട

ഒരു കുട വേണം
സ്വിച്ചിട്ടാൽ തുറക്കുന്ന
ഒടിഞ്ഞു മടങ്ങുന്ന
വിസിലടിക്കുന്ന
എന്നെ മാത്രം മറയ്ക്കുന്ന കുടയല്ല.
വേണമൊരു നിവർന്ന കുട
വെയിൽ കടിച്ച് നരച്ചത്
പരൽമീൻ കോരി
പനി പിടിച്ച് വിറച്ചത്
മഴവെള്ളത്തിൽ തോണി തുഴഞ്ഞ്
കാറ്റ് പിടിക്കാൻ വയലിൽ പറന്നത്
എടുക്കാൻ മറന്നാലും ചൂടാനാവുന്നത്
ചൂടിയാലും മഴനനയുന്നത്

കച്ചവടക്കാരാ
തിരിച്ചു തരുമോ
താങ്കൾ തട്ടിയെടുത്ത
എന്റെയാ പഴയ കുട
●

കൈത്താങ്ങ്

പറഞ്ഞാൽ വിശ്വസിക്കില്ല
അദൃശ്യമായൊരു
കൈയുണ്ടെൻ കൂടെ.
വീഴുമ്പോൾ പിടിച്ചും
കിതയ്ക്കുമ്പോൾ വീശിയും
കിടക്കുമ്പോൾ തലോടിയും
വഴി മറക്കുമ്പോൾ
വിരലുയർത്തിയും
കൂട്ടുവരുന്ന
ഞരമ്പുയർന്ന
തേഞ്ഞ് തീർന്ന ഒരു കൈ
ആ കൈത്താങ്ങിലല്ലോ
ഞാനീ കടലാഴം
താണ്ടുന്നത്!
●

നടത്തം

നടത്തം ഒരു തിരിച്ചുപിടിക്കലാണ്
മറവിയ്ക്കും മൗനത്തിനുമിടയ്ക്കുള്ള നൂൽപ്പാലം!
മുന്നോട്ടാഞ്ഞുള്ള കുതിപ്പിനൊരു കാവ്യഭംഗിയുണ്ട്.
വീണ്ടെടുക്കലിന്റെ നിർവൃതി!

എത്ര കയറിയാലും തീരാത്ത ചുരം പോലെ
വഴി കുന്തലഴിച്ചിട്ട് മുന്നേ നടക്കും!
അപരിചിതത്വത്തിന്റെ മൊട്ടുകൾ
സൗഹൃദപ്പൂക്കളായി വിടരും
ആൾക്കൂട്ടത്തിനിടയിൽ പോലും
ഒരു കരുതൽ കാത്തിരിക്കും
ഒരാൾ, അയാൾ മാത്രമല്ലാതെയായ് വഴിനിറയും!
ഇതാ ഒരു കുഴി അതാ ഒരു കയറ്റമെന്ന്
ഹൃദയത്തിന് കാലുകൾ മുളയ്ക്കും
കണ്ടുമറന്ന ഒരു കാതരമിഴി
ഒറ്റയടിപ്പാതയിൽ കൂട്ടിനു വരും.
പറഞ്ഞു തീരാത്ത പ്രണയപ്പുഴ
പാതി വഴിയിൽ വീണ്ടുമൊഴുക്ക് മറക്കും!
പഴയ നെല്ലിക്ക മധുരം നാവിലൂറും

ഒറ്റയ്ക്കു നടക്കുമ്പോൾ
ഒരുപാടുപേർ കൂട്ടിനു വരും.
●

നേരു വരയ്ക്കുന്ന ഭൂപടം

കയ്യിലുണ്ട്
സ്വയം നേരുവരയ്ക്കുന്ന ഒരു ഭൂപടം
കൃത്യമായ അക്ഷാംശ രേഖാംശങ്ങൾ
കടന്നുപോകുന്ന ഉഷ്ണഭ്രമി!
മുള്ളുവേലി കെട്ടിയ നിരോധിതമേഖല
നുഴഞ്ഞുകയറ്റങ്ങളില്ലാത്ത അതിർത്തിദേശം
ഒരു കൈനോട്ടക്കാരിക്കും
നൂണ്ടു പോകാനാവാത്ത ഇടുങ്ങിയമാളം
ഒരു കവിയ്ക്കും പൂരിപ്പിക്കാനാവാത്ത
ജീവിതസമസ്യ.
ആത്മസമർപ്പണത്തിന്റെ കൈമുദ്ര
പൈതൃക താവഴികളുടെ അടിയാധാരം
മടിയിലെ കട്ടെടുക്കാനാവാത്ത കനം
തന്നിലേക്ക് മാത്രമൊലിച്ചിറങ്ങുന്ന പുഴ
അകപ്പെട്ടുപോകുന്ന ചുഴി
ഇരുട്ടിൽ അന്ധൻ പിടിച്ച കൈവിളക്ക്
വീശുന്തോറും തെളിഞ്ഞുവരുന്ന ചൂട്ട് വെളിച്ചം

വിരലടയാളം
സ്വന്തം ഉള്ളംകയ്യിൽ
രേഖപ്പെടുത്തിവെച്ച നേർവഴി
ഒരാൾ
അയാൾ മാത്രമാകുന്ന ബോധിവൃക്ഷം.
●

സ്വപ്നം

എന്നെ പല വലുപ്പത്തിൽ
പലരൂപത്തിൽ
പലർക്കായ്
പകുത്തുനൽകി
തിരിച്ചെത്തിയപ്പോൾ
നേരം വെളുത്തു.
പ്രിയപ്പെട്ടവളേ
അപ്പോഴേക്കും
നീ മറ്റാരുടെയോ
സ്വപ്നത്തിൽ ചേക്കേറാൻ
പറന്നു പോയിരുന്നു!
●

ഇമേജ്

പഴയ ക്യാമറ പോയി.
നല്ല ഫോട്ടോകൾ കിട്ടുന്നില്ല.
ക്ലാരിറ്റിയും കുറവ്
നേരം കൊല്ലി
വക്കും മൂലയും കോണുമൊപ്പിക്കാൻ
ഇരുണ്ട മുറിയിലെ
എഡിറ്റിംഗ് തന്നെ വേണം.

പുതിയതൊരെണ്ണം വാങ്ങി
ഒറ്റ ക്ലിക് മതി
ഒരുപാട് സ്നാപ്പുകൾ ഒന്നിച്ചിങ്ങുപോരും!
മലപോൽ നിറയും ചിത്രങ്ങൾ
റസല്യൂഷൻ കൂടിയവ.

ഇപ്പോൾ
ഇമേജുകൾക്കെല്ലാം വലിയ പേടിയാണ്
എപ്പോഴാണത് ചാടിവീണ്
നക്കിയെടുക്കുകയെന്നറിയില്ലല്ലോ !
●

ന്യൂജെൻ

മുറിഞ്ഞുവീണ പുതിയ വാൽ
പഴയ ഗൗളിയെ
ഒന്നു തിരിഞ്ഞുപോലും നോക്കാതെ നടന്നകന്നു.
പിടിച്ചുനിർത്തിയിട്ടും കുതറിപ്പോയ വാല് നോക്കി
ഗൗളി നെടുവീർപ്പിട്ടു.
വാലില്ലാത്ത ഗൗളി
പൂവടർന്നുപോയ ഞെട്ടുപോലെ ഏകാകി.
ഹൃദയ ഭിത്തിയിലിറ്റിയ മരവിപ്പ്
ഭൂതകാല മരുഭൂമികളിൽ തീക്കാറ്റായ് പടർന്നു.
മിനുത്ത ചുമരിലെ
കനത്ത കയറ്റങ്ങളത്രയും
കാലുകളിൽ വഴുതി.
താങ്ങിനിന്ന ഉത്തരങ്ങൾ
ചിലച്ചുവരുത്തിയ അശുഭങ്ങളായി.

മുറിഞ്ഞുവീണ വാൽ
അപ്പോൾ തന്നെ
സ്വാതന്ത്ര്യ പ്രഖ്യാപനം നടത്തി.
വാൽത്തല കുത്തി മേലോട്ടുയർന്നു
വായുവിൽ കുട്ടിക്കരണം മറിഞ്ഞു.
'തിരിച്ചറിവില്ലാത്ത തല വാലിനെ അർഹിക്കുന്നില്ല'
എന്ന ഒറ്റവരി പ്രസ്താവന ഇറക്കി.

വാൽ തുള്ളിക്കൊണ്ടേയിരിക്കുന്നു.
പിടച്ചിലെന്ന്
പഴയ കാഴ്ചക്കാർക്ക് തോന്നുംവിധം.
●

വാക്ക്

ആദിയിൽ ദൈവത്തോടൊപ്പം
വചനം ഭൂമിയിലെത്തി
സഹയാത്രയിലെപ്പോഴോ
ദൈവത്തെ മരുക്കുരിശിൽ തറച്ച്
ഒരുള്ളം കയ്യിലും രേഖപ്പെടുത്തപ്പെടാതെ
സ്വതന്ത്രമായി.

വേദത്തിൽ കനത്തും
പനയോലയിലുറഞ്ഞും
രാശിപ്പലകയിൽ തിരിഞ്ഞു മറിഞ്ഞും
കിളിയായ് പാടിയും ഭൂമിയുടെ ഉപ്പായി
ജീവന്റെ താളമായി നാദബ്രഹ്മമായി.

പറയാതെ പുകഞ്ഞും പറഞ്ഞ് കരിഞ്ഞും
വാക്ക് വാനോളം വളർന്നു
വിഷം പുരട്ടിച്ചിരിച്ചും
അകം കുളിർക്കെ കരഞ്ഞും
വാക്ക് വർഷമായ് പെയ്തു.

ഒരു വാക്കോളം വില
ഒരു വാക്കിന്റെ വില
ഒരു വാക്കിലൊതുക്കൽ
അങ്ങനെ
വിലനിലവാരത്തിന്റെ തൂക്കപ്പടിയിൽ
നാം വാക്കിനെ തൂക്കി വിറ്റു.
വാക്കിൽ വളർന്നും അളന്നും

വാക്കിലലിഞ്ഞും നാം വെറുതെ.
വാക്കിൽ ജനിച്ചും വളർന്നും പ്രണയിച്ചും
കലഹിച്ചും മരിച്ചും
വാക്കുകൾക്കിടയിലൊളിഞ്ഞിരുന്നും
ഒരു വാക്കകലം കാത്തും
നാം സൗഹൃദം പങ്കിട്ടു
വലിയവും വാചാലരുമായി.

എന്നാൽ
വാക്കിനെ വരുതിയിലാക്കാൻ പണിപ്പെട്ട്
ഒരു വാക്കുപോലും പഠിക്കാതെ
ഒരു വാക്കു പോലുമാവാതെ
വചനത്തിന്റെ
ഒരു പിറവിക്കുകൂടി കാതോർത്ത്
കവി കാത്തിരിക്കുന്നു.
●

ചിതറിയ ചിത്രങ്ങൾ

ഉടഞ്ഞ കണ്ണാടിയിൽ
മുഖം നോക്കിയിട്ടുണ്ടോ?
സ്വയം പൊട്ടിച്ചിതറിക്കിടക്കും
ചിതറിപ്പോയ കാഴ്ചകൾ.
ഓരോ തുണ്ടിലും ജനിയ്ക്കും ഓരോരോ രൂപങ്ങൾ
നമ്മെ തന്നെ തുറിച്ചു നോക്കും നിരവധി കണ്ണുകൾ
രാക്ഷസ രൂപമാർന്ന ചെവികൾ
നാം ചിരിച്ചൊളിപ്പിച്ച കോമ്പല്ലുകൾ
ആരുടെയൊക്കെയോ നേരെ
നീട്ടാമായിരുന്ന ആയിരം കൈകൾ
എല്ലാം വെളിപ്പെടും!
ഒരാൾ മാത്രം കണ്ട നുണക്കുഴിക്കവിളുകൾ
ഇരട്ടിപ്പിന്റെ ഘോഷയാത്ര നടത്തും.
ഇത് ഞാൻ തന്നെയോയെന്ന്
നമ്മിലെ അപരനെ നോക്കി
അതിശയിച്ചങ്ങനെ നിൽക്കും.
നാം മൂടിയൊളിപ്പിച്ചുനടന്ന ഒരാൾ
പലരായ് പുറത്ത് ചാടും.

ഉടഞ്ഞ കണ്ണാടിയിൽ നോക്കരുത്
ഊർന്നഴിഞ്ഞു വീണുപോകും
നമ്മൾ കെട്ടിപ്പൊക്കിയ ചമയക്കോപ്പുകൾ
നഗ്നരായിപ്പോകും നിന്ന നില്പിൽ !
●

KATALUR

കാത്തിരിപ്പ്

കാത്തിരിപ്പ്
സ്വയം വരയ്ക്കുന്നൊരു
ചിത്രം പോൽ വികലം
എത്ര വരച്ചാലും നേരെയാകില്ല.
മായ്ച്ചിട്ടും പോകാത്ത വരകൾ
ചാലുകളായ് ഒലിക്കും ഓർമകൾ
മടുപ്പ് പൂക്കുന്ന വർണ്ണജാലങ്ങൾ.

പിരിഞ്ഞുപോയവരാരും തിരിച്ചുവരില്ല.
എന്നാലും
കാത്തിരുന്ന് മുളയ്ക്കും വേരുകൾ
ഇന്നിൽ നിന്നൊരു മേഘം
ഇന്നലെകളിൽ പെയ്തിറങ്ങും
ആർത്തലച്ചു വരും
ശപിച്ചു തുപ്പിയ വാക്കുകൾ
മലവെള്ളപ്പാച്ചിൽ പോലെ.

കാത്തിരിപ്പ് കവിതയല്ല
മറന്നുകളഞ്ഞവയുടെ
കണക്കുതീർക്കലാണ്.

●

വിത്ത്

എത്ര കുഴിച്ചാലും
കാണാതെ
എത്ര പിളർന്നാലും
വെളിപ്പെടാതെ
സ്വയം ഉള്ളിലേയ്ക്കുള്ളിലേക്ക്
ഒളിച്ചു വെയ്ക്കുന്ന
ജീവന്റെ കണം!
മരമായ് പുനർജനിച്ച്
ആകാശത്തെ തൊടാൻ
ഇലയായ് പടർന്ന്
കുടയായ് വിടരാൻ
വേരുകളായ് ഊർന്ന്
ഭൂമിയെ ചുംബിക്കാൻ...
●

വേവ്

കുഴിഞ്ഞ് കുഴിഞ്ഞ്
ആഴം കൂടിയ
ഉരലുകൾ
എത്ര നെന്മണികളെയാണ്
പെറ്റു കൂട്ടിയത്
ഇടിയേറ്റു ചുകന്നവ
കരുത്തോടെ
വേവാതെ നിന്നവ.

ഇന്ന്
ബ്യൂട്ടി പാർലറിൽ നിന്ന്
ഇറങ്ങി വരുന്ന
പൊട്ടാതെ
പൊളിയാതെ
വെളുത്തുമിനുത്ത
അരിമണി സുന്ദരികൾ
ഒന്നു തിളച്ചാൽ മതി
വെന്തളിഞ്ഞു പോകും !

●

ഓർമ്മകൾ

ഓർമ്മകളങ്ങനെയാണ്
ഒരു തള്ളക്കോഴിയെപ്പോലെ
ചാടിക്കയറി വരും
ചിക്കിപ്പരത്തും സകലതും
കൊത്തിപ്പെറുക്കിയങ്ങനെ
വാരിവലിച്ചിടും!
ഒടുവിൽ
പുണ്ണിൽ കൊത്തിവലിച്ചാലെ
അതിന് തൃപ്തിയാകു!

●

കടലിരമ്പും നേരം

പ്രണയത്തെക്കുറിച്ച് പറയാൻ
ഇനി നിനക്കെന്തവകാശം?
എന്നെ പ്രണയിക്കാൻ
നിനക്ക് കൂലി തരുമായിരുന്നു
പണ്ട് കേശവൻ നായർ
സാറാമ്മയ്ക്കെന്ന പോലെ.

മൗനത്തിന്റെ പുറന്തോടിനുള്ളിൽ
നീ ഒളിച്ചുവെച്ച മധുരം
ഞാൻ വെറുതെ നുണഞ്ഞു.
വാക്കിലൊരു കടലൊളിപ്പിച്ച്
കരയിൽ ഞാൻ കാത്തിരുന്നത്
നീ കണ്ടതേയില്ല.
നിന്റെ നീലാകാശത്തുദിച്ചുയരാൻ
എന്റെ നക്ഷത്രത്തിന്
വെളിച്ചമില്ലാതെ പോയി.
കുളിരുലാവുന്ന രാത്രിയിൽ
എന്റെ നിശാഗന്ധികൾ പൂത്തത്
നിനക്ക് വേണ്ടി മാത്രമായിരുന്നു.
എത്ര വട്ടമിട്ട് പറന്നിട്ടും
പൂവിനെ തൊടാൻ കഴിയാത്ത
വണ്ടു പോലെ എന്റെ പ്രണയം!
സാന്നിധ്യം കൊണ്ടെന്റെ സൂര്യനേയും
സ്വപ്നങ്ങൾ കൊണ്ടെന്റെ നിലാവിനേയും
നീ മറച്ചു പിടിച്ചത്
നിഴൽ പോലും അറിഞ്ഞിരുന്നില്ലല്ലോ!

വരണ്ട ചായങ്ങളാൽ ഞാൻ വരച്ച
വറുതികളുടെ കെട്ടചിത്രങ്ങളിൽപ്പോലും
നീ സമൃദ്ധമായി പൂത്തുലഞ്ഞു.
ഞാനൊറ്റയ്ക്കു നടന്ന പാതകളിൽ
നിന്റേയും കാല്പാടുകളുണ്ട്.
ഞാൻ മാത്രം കൊണ്ട കടൽക്കരയിലെ കാറ്റിന്
നിന്റെ നിശ്വാസത്തിന്റെ ഗന്ധമാണ്.
നീയെപ്പോഴെങ്കിലും വന്നാൽ
നിന്നെ അമ്പരപ്പിക്കാനായി
മുറ്റം നിറയെ നിനക്കിഷ്ടപ്പെട്ട
വെളുത്ത പൂക്കൾ ഞാൻ നട്ടുപിടിപ്പിച്ചു.
കരളിൽ കടലിരമ്പുന്ന
ഈ വെയിൽചായും നേരത്ത്
പ്രണയത്തിന്റെ പക്ഷികൾ
എങ്ങോ ദേശാടനത്തിന് പോയിരിക്കുന്നു.

നിനക്കറിയുമോ
നിന്നെ കാത്തു കാത്തിരുന്നാണ്
ഞാൻ കവിയായിപ്പോയത്!

●

ചരിത്രവും പൗരധർമ്മവും

വിയർപ്പിൽ ഉപ്പു പോലലിഞ്ഞവർ
കാലത്തിനൊപ്പം കൈത്താങ്ങായ് നടന്നവർ
അനിവാര്യതയുടെ ദശാസന്ധിയിൽ
എതിർദിശകളിലേക്ക് നടന്നകന്നു.

പണ്ട് സ്കൂൾ ബെഞ്ചിൽ
ഇരുന്നുറപ്പിച്ച കാലുകളാണിളകി വീഴുന്നത്.
ഒറ്റപ്പിരിയേഡിലടിച്ച ബെല്ലിന്റെ ഒച്ചയ്ക്ക്
ഇന്നും ഒരേ മുഴക്കമാണ്
ഒരു നോട്ട് ബുക്കിന്റെ ഇരുപുറമാണ്.

അന്ന് ക്ലാസ്സിൽ കണ്ടെടുത്ത
അടിയാധാരങ്ങളിൽ
ഇവരെന്നും ഒന്നിച്ചായിരുന്നില്ലേ ?
ഇരട്ടപെറ്റ കുഞ്ഞുങ്ങൾ!

ചരിത്രവും പൗരധർമ്മവും
ഇന്നലെ വഴിപിരിഞ്ഞു.

ചരിത്രത്തിന്റെ അനീതി
പൗരധർമ്മത്തിന്റെ നാവിൽ കൂർത്തു
പൗരധർമ്മമില്ലാത്ത ചരിത്രം
കൊടിയില്ലാത്ത കൊടിമരമാണ്.

ചരിത്രത്തിനൊരു ചരിത്രമില്ല
പൗരധർമ്മത്തിനൊരു ചരിത്രമുണ്ട്

നിഴലിടങ്ങളിലെ വെളിച്ചം
ചരിത്രമായ് പുനർജ്ജനിക്കുന്നു.
ചരിത്രം പതിയെ പറഞ്ഞു.

ചരിത്രത്തെ നമുക്കിനിയും
ചരിത്രമെന്നു തന്നെ വിളിക്കാം
പൗരധർമ്മത്തെ പൗരാണിക ധർമ്മമെന്ന്
മാറ്റിയെഴുതേണ്ടി വരും
●

ചാലഞ്ച്

എല്ലാവരും പറയുന്നു
കൂടെ നടക്കുമ്പോൾ അവൾ
കൂടെ കളിക്കുമ്പോൾ മക്കൾ
കുശലം പറയുമ്പോൾ നാട്ടുകാർ
ഫോട്ടോയെടുക്കുമ്പോൾ കൂട്ടുകാർ
സല്ലപിക്കുമ്പോൾ സഹപ്രവർത്തകർ
ആർക്കുമില്ല സംശയം
ചെറിയൊരു ചെരിവുണ്ട്.
പിസാഗോപുരം പോലെ
ഇപ്പോൾ വീണേക്കുമെന്ന നില!

നടപ്പിൽ ഇരിപ്പിൽ ചിരിയിൽ ചിന്തയിൽ
ചാഞ്ഞു ചെരിഞ്ഞങ്ങനെ ഞാൻ
ഈ ചെരിഞ്ഞ ഭൂമിയിൽ
ചെരിഞ്ഞവർക്കൊപ്പം
നിവർന്നുനിൽക്കുവാൻ
നിലമൊരുക്കുന്നു.
●

KATALUR

ഗുരു

ഒറ്റ വരിയിൽ
ഒതുങ്ങാത്ത ചില പേരുകളുണ്ട്.
പറമ്പതിര് വിട്ട്
പടർന്നു പോകുന്ന വേരുകൾ പോലെ
മൗനമായൊലിച്ചെത്തി
വെള്ളച്ചാട്ടത്തിൽ ഇരമ്പിയാർക്കുന്ന
അരുവി പോലെ
ഒരു വാക്കിലൊരു കടൽ
ഒരു പുഞ്ചിരിയിലൊരു നിലാവ്
കരുതിവെച്ചവൻ
ഒരടിയിൽ ഒരു കാതം താണ്ടിയവൻ
തന്നിലേക്കുള്ള വഴി മറന്ന്
മറ്റുള്ളവരിലേക്ക് നടന്നുപോയവൻ
അവൻ ജ്വലിച്ച വഴിയിൽ
ഇരുട്ടുപോലും വെളിച്ചമാകുന്നു.
അവന്റെ കണ്ണാടിയിൽ
മുഖം നോക്കി നോക്കിയാണ്
ഞാനിങ്ങനെ പകലായത്!

●

വസന്തം

ഒരു കുഞ്ഞു പൂവു പോലും
കൺ തുറക്കാത്ത
മരവിച്ച ശിശിരത്തിൽ
നീയെന്തിനിത്ര വേഗം
കൂട്ടുകൂട്ടി?
ഒരു വസന്തവുമായ്
ഞാൻ
നിന്റെ തൊട്ടുപിറകെ
വരുന്നുണ്ടായിരുന്നു.
●

മൗനം

ഉച്ചരിച്ച മലിനമാക്കപ്പെടാത്തൊരുവാക്കുപോലെ
നിന്റെ ഓർമ്മയെന്നിൽ ചിറകുവിടർത്തുന്നു.
പ്രണയത്തിന്റെ പച്ചപ്പ്
മൗനത്തിന്റെ കൂടുപൊട്ടിച്ച്
എന്നിലേക്ക്
വിശുദ്ധിയുടെ പാദങ്ങളുമായി നടന്നു വരുന്നു.
എന്നെയൊരിക്കലും മൂന്നുവട്ടം തള്ളിപ്പറയാത്ത
മാലാഖക്കുഞ്ഞായ് നീയെന്നിലേക്ക്
ഒലിച്ചിറങ്ങുന്നുണ്ട്.
കാപട്യത്തിന് മുത്തിന്റെ തിളക്കമുണ്ടെന്ന്
ജീവിതത്തിന്റെ ഏതദ്ധ്യായത്തിലാണ്
നാം പഠിച്ചത്?
തിരിച്ചറിവ്
വേദനയുടെ നീർച്ചാലുകൾ ജനിപ്പിക്കുന്നു.
ഹൃദയത്തിൽ നിന്നൊഴുകുന്ന
സ്വപ്നങ്ങൾക്ക് മൂർച്ച കൂട്ടി
ഭൂമിയുടെ ഭ്രമണപഥത്തിൽ
നമുക്കും കത്തി നിൽക്കേണ്ടതുണ്ട്.

പ്രണയം ഒറ്റയാൻ യാത്രയല്ല
നക്ഷത്ര സംയോഗ സായൂജ്യമാണ്.

മിന്നി മറയുന്ന സൗഖ്യങ്ങൾക്ക്
വിഷാദത്തിന്റെ വ്രണപ്പഴപ്പുണ്ട്.
നമ്മൾ നീന്തിക്കളിക്കുന്നത്
പ്രണയത്തിന്റെ നീലവാനിലല്ല

മുറിവുകളുടെ വഴിയോരക്കാഴ്ചയിലാണ്.
കാഴ്ചക്ക് വഴങ്ങാത്ത നിഴലിൽ
ജീവിതം ഭ്രമിക്കുമ്പോൾ
ദുഃസ്വപ്നത്തിന്റെ തേറ്റയിൽ
പ്രണയ രക്തപ്പാടുകൾ ബലിയിടുന്നു.
പ്രണയം
അസാന്നിധ്യത്തിന്റെ പൊള്ളവാക്കല്ല
നഷ്ടപ്പെടലിന്റെ സുഖനൊമ്പരമാണ്.
●

ബാക്കിപത്രം

ഓരോ അസ്തമയത്തിലും
നിന്റെയോർമ്മ കൂടി
മാഞ്ഞുപോകുമെന്ന്
ഞാൻ വെറുതെ മോഹിക്കും
അടുത്ത ഉദയത്തിൽ
അവ കൂടുതൽ മിഴിവോടെ
ഉയിർത്തെഴുന്നേൽക്കുന്നു.
നിന്നോളം വലുതാകാൻ
കൊതിച്ച ഞാനിന്ന്
എന്നോളം ചെറുതായി.

നിനക്കറിയുമോ?
ഉറക്കത്തിൽ
തട്ടിയുടഞ്ഞാലോയെന്നു പേടിച്ച്
നീ പണ്ടു പറഞ്ഞ വാക്കുകൾ
നെഞ്ചോട് ചേർത്തുപിടിച്ചാണ്
ഞാനിന്നുമുറങ്ങുന്നത്.
എന്നിൽ കെട്ടിക്കിടന്ന്
നീയൊരു തടാകമായിരിക്കുന്നു.
ഇനിയെത്ര കാലം
കുത്തിയൊലിച്ചാലാണ്
നീയൊഴുകിത്തീരുക!

●

കണ്ണാടി

നൊമ്പരം ഊതിയുരുക്കി
കണ്ണാടിയാക്കണമെന്ന് ഗുരു വാക്യം

കണ്ണാടിയിൽ നോക്കി
ചിരിക്കണമെന്ന് അവൾ.

കണ്ണാടിയിൽ
പ്രണയം തളിർക്കുമെന്ന് ചങ്ങാതി.

കണ്ണിനും കണ്ണാടിക്കുമിടയിൽ
ഒരു നേർരേഖ വേണമെന്ന് ചരിത്രകാരൻ.
ഒരു കണ്ണും കണ്ണാടിയോളമാവില്ലെന്ന് കവി.

ഋജുരേഖകളിൽ
കൊള്ളുത്തിയിടപ്പെടുന്ന കാഴ്ചകൾ!
കാറ്റിലും കോളിലും കാവൽ നിൽക്കാൻ
കണ്ണാടിയൊരു കണ്ണ്.

ഒരിരുട്ടിനും തിന്നു തീർക്കാനാവാത്ത
ഒരു വിശപ്പിനും വിഴുങ്ങാനാവാത്ത
ഋതുവർണ്ണപ്പൊലിമ.

അച്ചുതണ്ടില്ലാത്ത ഭ്രമണം
പകലിനെ സൃഷ്ടിക്കുന്നില്ല.
മുഖമില്ലാത്ത രൂപങ്ങൾ
ഈ കണ്ണാടിയിൽ തെളിയുന്നില്ല.
●

ദേശാടന കാലം

നാട്ടുപച്ചക്കിളി കൂട്ടിൽ നിന്നും പറന്ന്
വിരുന്നുകിളിയോട് കൊക്കുരുമ്മുന്നു.

പല വഴിയിലേതിൽ പോകേണ്ടൂ
ഇച്ചിറകെങ്ങനെ വിശേണ്ടൂ?
ഇക്കെണിയെങ്ങനെ ചാടേണ്ടൂ?
ഇപ്പുകയെങ്ങനെ താണ്ടേണ്ടൂ?
ഈ പാട്ടെങ്ങനെ മൂളേണ്ടൂ?
ഈ കാടെങ്ങനെ പറക്കേണ്ടൂ?
ഈ നേരെങ്ങനെ ചുറ്റേണ്ടൂ?
ഇക്കുളിരെങ്ങനെ ചൂടേണ്ടൂ?

ഇന്നാട്ടു മരത്തിലൊരു കിളിയായും
അക്കാട്ടു മരത്തിലൊരു പൊത്തായും
അപ്പൊത്തുമറയ്ക്കുമൊരിലയായും
ആയില വിടരും തളിരായും
ആ തളിർ നൽകും തണലായും
കാത്തുടൽ കണ്ടു നിറഞ്ഞില്ലേ?
ഈയമ്പാരിനിയേൽക്കേണ്ടൂ?
ഈ വിഷമാരിനി മോന്തേണ്ടൂ?
ഈ തീയാരിനി തിന്നേണ്ടൂ?
ഇപ്പാടെങ്ങനെ മായ്ക്കേണ്ടൂ?

നാട്ടുപച്ചക്കിളി പാറിപ്പറന്ന്
ഒരു കുടന്ന മഞ്ഞിൽ പ്രണയം വരച്ച്
ദേശാടന കാലങ്ങളിലേക്കൊരു
നാട്ടുപാതയുടെ ദൂരം തേടുന്നു.

●

മൂളിത്തീരാത്തത്

മൂളി മൂളി വരുന്നുണ്ടൊരു മൂളൽ
വാക്കുകൾക്കിടയിലെ ശൂന്യതയുടെ മുഴക്കം
അപ്പുറത്തേക്കുമിപ്പുറത്തേക്കും
കടക്കാനുള്ള പിടിവള്ളി.
ചോദ്യത്തിനും ഉത്തരത്തിനുമിടയിലെ
നിശ്ശബ്ദതയുടെ ആഴം.
അകത്താരെന്നോ പുറത്താരെന്നോ
വേർതിരിവില്ലാത്ത നാദം.
വികാര തീരത്ത് ഒറ്റപ്പെട്ടുപോയ
ജീവിത നൗക.
വാക്കുകളില്ലാത്ത ഒച്ചയുടെ
പൊട്ടി വിരിയൽ.

കേൾക്കുന്നുണ്ടോ
അരിച്ചരിച്ചെത്തുന്ന ഒരു ഞെരക്കം
കേട്ടു മതിയാവും മുമ്പേ വേർപെട്ടുപോയ
പൊക്കിൾക്കൊടിയിൽ നിന്നിറ്റിയ
സ്നേഹവായ്പിന്റെ മൂളൽ.

മുറിഞ്ഞുപോയൊരീണത്തിന്റെ
മുറിവുണ്ടുള്ളിൽ നീറുന്നു.
ആ മുറിവിന്റെ നോവിൽ
മൂളലിനെല്ലാം ഒറ്റ ഈണമായ് തോന്നും

ഉപേക്ഷിക്കപ്പെടുന്നവരുടെ മൗനത്തിന്
മൂളലിന്റെ മുഴക്കമുണ്ടാവുമോ?

ഇന്നലെ
തെരുവിന്റെ ഇരുണ്ട മറവിൽ
ഒരു മൂളൽ ഞരക്കമായലിഞ്ഞു ചേർന്നു.
അവസാനമായി
ഒന്നു മൂളിയില്ലല്ലോയെന്ന് കാറ്റ്
പൂവിനോട് കുറ്റസമ്മതം നടത്തി
ഒന്നമർത്തി മൂളിയിരുന്നെങ്കിൽ
ഇങ്ങനെയൊന്നുമാവുമായിരുന്നില്ലെന്ന്
വീട്ടിലെ ഇരുട്ട് വെളിച്ചത്തോട്
പരാതി പറഞ്ഞു.

വെറുമൊരു മൂളലിൽ നിന്നാവുമോ
വലിയ മുഴക്കങ്ങൾ ജനിച്ചത്!

ഏറ്റവും ഒടുവിൽ
എല്ലാ മൂളലുകളുമടങ്ങി
അർത്ഥത്തിന്റെ ഒരു കടൽ
ബാക്കിയാവുമോ!

●

പഠനം

ചിതറിയ വാക്കുകളും ശിഥിലമായ ലോകവും

ഡോ. പി. സുരേഷ്

ഉള്ളുരുകി പുറത്തേക്കു കവിയുന്ന ലാവയായിരിക്കാം ചിലപ്പോൾ കവിത. എന്നാൽ ഏതൊരു ഭാരരഹിതനിമിഷത്തെയും കവിതയിലേക്കുയർത്താൻ കഴിയുന്ന സാധ്യതകളുടെ കലയായും കവിത പലപ്പോഴും മാറിയിട്ടുണ്ട്. പുതുകവിതകൾ അത്തരം സാധ്യതകളിലാണ് വിശ്വസിക്കുന്നത്.

ഭാരങ്ങൾ ഒഴിഞ്ഞുപോയ, പ്രഭാവലയങ്ങൾ മണ്ണിൽ വീണുപോയ, വക്രതകൾ ഋജുരേഖകളായി മാറിയ കവിതകൾ മലയാളകാവ്യഭാവുകത്വത്തെ പുതുക്കിനിർമ്മിച്ചതിന്റെ ചരിത്രം കൂടിയാണ് മൂന്നു പതിറ്റാണ്ടുകാലത്തെ പുതുകവിതകളുടെ ചരിത്രം.'ഒരു പൊടിക്കവിത'യിൽ പി. രാമൻ എഴുതുന്നത് നോക്കുക:

'ഏറ്റവുമധികം
പൊടിപറ്റിപ്പിടിക്കുന്നത്
ഏതുവസ്തുവിന്മേലാണ് എന്നറിയാൻ
ഞാനൊരു പരീക്ഷണം തുടങ്ങി.
ജനലും വാതിലും
തുറന്നുമടച്ചും പരീക്ഷിച്ചു.
വെളിച്ചം തെളിച്ചും കെടുത്തിയും
പരീക്ഷിച്ചു.
യാത്രചെയ്തു.
എല്ലാവരെയും തുറിച്ചുനോക്കി.
ഓരോന്നിന്മേലും
പറ്റിപ്പിടിച്ച പൊടി
ഓരോ കവിതയിലായി
ശേഖരിച്ചുവരികയാണ്'.

നിശ്ചലമായവയിലാണ് കൂടുതൽ പൊടി പറ്റുക. നിരന്തരം പരിണമിച്ചുകൊണ്ടിരിക്കുന്നവയിലും വെളിച്ചവും വായുവും കടക്കുന്നവയിലും സഞ്ചരിച്ചുകൊണ്ടിരിക്കുന്നവയിലും അധികം പൊടിപറ്റുകയില്ല. എങ്കിലും കവിക്കുമാത്രം കാണാവുന്നത്ര സൂക്ഷ്മമായി അവയിൽ പറ്റിക്കിടക്കുന്ന പൊടികളിൽനിന്ന് ആവിഷ്കാരത്തിന്റെ സാധ്യതകൾ തേടുകയാണ് കവി. തന്റെ ഓരോ കവിതയും ഒരു പൊടിയിൽനിന്ന് വികസിപ്പിക്കാവുന്നത്ര ലഘുവോ നിരുപാധികമോ ആയിരിക്കാം. 'പാദപാംസു'ക്കളും 'പദരേണു'ക്കളും പിന്തുടരുന്നതിനു പകരം നിസ്സാരമായവയിൽപ്പോലും അടിഞ്ഞുകൂടുന്നവയുടെ അനുഭവങ്ങളിലേക്കു നോക്കാൻ കഴിയുന്ന മൂർച്ചയുള്ള നോട്ടങ്ങൾ പുതിയ കവിതയിൽ കാണാം.

യൂസഫ് നടുവണ്ണൂരിന്റെ കവിതകളിൽ ഇത്തരം ചില കവിതകൊരുക്കലുകളുണ്ട്. നാം കടന്നുപോന്ന അനുഭവങ്ങളാണെങ്കിലും അവയുടെ ഓർമ്മകളിൽനിന്ന് കവിതയുടെ മറ്റൊരു വ്യവഹാരലോകം സൃഷ്ടിച്ചെടുക്കാൻ യൂസഫ് ശ്രമിക്കുന്നു. 'ഓർമ്മകളുടെ ചാറ'കളിൽനിന്ന് വൈലോപ്പിള്ളിയെപ്പോലെ മധു മാത്രം നുകരുന്നയാളല്ല ഈ കവി. കവികൾ ഓർമ്മകളുടെ ഗുഹകളിൽ ചേക്കേറുന്നത് അവിടെ അവയുടെ ലഹരിനുണഞ്ഞ് ധ്യാനസ്ഥരാകാനല്ല, വർത്തമാനത്തോട് നിരന്തരം പ്രതിരോധസജ്ജമാകാനാണെന്ന് യൂസഫിന്റെ കവിതകൾ തെളിവുതരുന്നുണ്ട്.

'നരമ്പന കുളം' എന്ന കവിത ഓർമ്മകളിലെ ഒരു ജലാശയമാണ്. കവി ആ പഴമയിലേക്ക് തിരിച്ചുപോകുന്നത് ഗൃഹാതുരമായ കാല്പനികതത്വത്തോടെയല്ല, വർത്തമാനത്തോടു മുഖാമുഖം നിർത്തി അതിജീവിക്കാൻ പഠിപ്പിച്ച ഓർമ്മകളെ ഭാവിയുടെ ഇന്ധനമാക്കി മാറ്റാനാണ്.

'ഈ കയത്തിൽ നിന്നാണ്
ഞങ്ങൾ
കരനീന്തിപ്പിടിക്കാൻ
പഠിച്ചത്!'

എന്ന അഭിമാനമാണ് കവിയിൽ ജ്വലിക്കുന്നത്. 'മല്ലൂർക്കയമിനി ചൊല്ലുമാത്രം' എന്ന നഷ്ടബോധമായിരുന്നു ഇടശ്ശേരിക്കെങ്കിൽ

യൂസഫ് കയത്തിൽനിന്ന് ചൂണ്ടയിൽ കോർത്തെടുക്കുന്നത് ഓർമ്മകളെ മാത്രമല്ല, പിൽക്കാല ജീവിതത്തിന്റെ സുഗന്ധങ്ങൾ കൂടിയാണ്. ഓരോ വീട്ടിൽനിന്നും ആ കുളത്തിലേക്ക് ചാലുകളുണ്ടായിരുന്നു. അതിനാൽ ജലത്തോടൊപ്പം ഓർമ്മകൾ കൂടി വന്നു നിറയുന്നുണ്ടാകും ആ കുളത്തിൽ. 'ഞങ്ങളുടെ വേരുകൾക്ക് ജീവജലം' എന്ന് കവി. ഒരു ജനതയുടെ ആവാസലോകമായി ആ കുളം അതിരുകൾ വലുതാക്കി. അതുകൊണ്ടാണ് 'നാടുവിട്ടപ്പോൾ കൂടെപ്പോന്ന ഒരേയൊരു ബന്ധു'വാകാൻ നരമ്പനക്കുളത്തിനു കഴിഞ്ഞത്.

കുളം ഓർമ്മയിൽ മാത്രം അവശേഷിക്കുകയല്ല, തന്റെ ജീവിതത്തിൽ നിത്യ സാന്നിധ്യമാവുകയാണ് ചെയ്യുന്നത്. മറവിയുടെ കയങ്ങൾപോലും ഊർന്നുപോവുകയല്ല, കരകൾ നീന്തുവാൻ ഊർജ്ജം നൽകുകയാണ് ആ കുളം ചെയ്യുന്നത്. അതിനാൽ മറവിക്കെതിരെ പ്രതിരോധം തീർത്ത് തന്റെ കാലത്തോടൊപ്പം മുന്നോട്ടുനടക്കാൻ കവിക്കു സാധിക്കുന്നു.

ഓർമ്മ യൂസഫിന്റെ കവിതകളിൽ ആവർത്തിച്ച് പ്രവർത്തിക്കുന്ന ഒരു മൂലകമാണ്. 'ഓർമ്മകൾ' എന്ന പേരിൽത്തന്നെ യൂസഫിന്റെ ഒരു കവിതയുണ്ട്. ഒരു തള്ളക്കോഴിയെപ്പോലെ ചാടിക്കയറി വന്ന് ചിക്കിപ്പരത്തി, സകലതും കൊത്തിപ്പെറുക്കി വാരിവലിച്ചിടുന്നവളാണ് അത്. 'ഒടുവിൽ/പുണ്ണിൽ കൊത്തിവലിച്ചാലേ/അതിന് തൃപ്തിയാകൂ'. സജീവവും പിന്തുടരുന്നതും മറക്കാൻ ശ്രമിക്കുന്നവയെ വേദനിപ്പിച്ചുകൊണ്ട് ഓർമ്മിപ്പിക്കുന്നതുമാണ് ഇത്തരം ചില ഓർമ്മകൾ.

'ഓർമ്മ നക്കിയെടുത്ത
മങ്ങിയ ചിത്രങ്ങൾ
തെളിഞ്ഞുവരുന്നുണ്ട്''

എന്ന്'കാത്തുനിൽക്കുന്നവർ' എന്ന കവിതയിൽ യൂസഫ് എഴുതുന്നു. കുട്ടിക്കാലത്തും യൗവനത്തിലും നടന്നുതീർത്ത വഴികൾ യാത്രികനിൽ കനത്തുവിങ്ങുന്നതിന്റെ ശബ്ദം ഈ കവിതയിൽനിന്നു കേൾക്കാം. എങ്കിലും നഷ്ടപ്പെട്ടതിന്റെ വേപഥുവിൽ ആഴ്ന്നുമുങ്ങുവാനല്ല കവിക്കു താല്പര്യം.

'ഓർമ്മകൾക്ക്
ഒരു വൃദ്ധന്റെ മുഖം
പീളയടിഞ്ഞ കാഴ്ച'

എന്ന് 'നഗരത്തിലെ നാട്ടുപാതകൾ' എന്ന കവിതയിൽ യൂസഫ് എഴുതുന്നു. നഷ്ടത്തിന്റെ കണക്കുകൾ നിരവധിയുണ്ട്. ഒരു പക്ഷേ, വർത്തമാനത്തെ അത്രമേൽ അനായാസമായി മുറിച്ചുനീന്താൻ, ഉള്ളിൽ നിറഞ്ഞുപടരുന്ന ഓർമ്മകളായിരിക്കാം തുണയേകുന്നത്. 'പൂക്കളില്ലാത്ത വസന്തം പോലെ കുളിരില്ലാത്ത ശിശിരംപോലെ' നിരർത്ഥമാണ് വർത്തമാനം എന്ന് കവി വേദനിക്കുന്നെങ്കിലും ഓർമ്മകളുടെ കുളിർമ്മകൾ വന്ന് സ്പർശിക്കുന്നെങ്കിലും വാക്കുകൾക്കിടയിൽ ഒളിച്ചിരിക്കാമല്ലോ എന്ന പ്രത്യാശ കവിയെ നഷ്ടബോധത്തിൽനിന്ന് പിടിച്ചുയർത്തുന്നുണ്ട്. അങ്ങനെ ഓർമ്മകളുടെ ഭൂതായനങ്ങളിൽനിന്ന് പ്രത്യാശാമുനമ്പിലേക്ക് നടന്നുകയറുന്ന ഇച്ഛാശക്തിയെ കവി തോറ്റിയെടുക്കുന്നു.

'കാത്തിരിപ്പ് കവിതയല്ല
മറന്നുപോയവയുടെ
കണക്കുതീർക്കലാണ്''

എന്നെഴുതുമ്പോൾ (കാത്തിരിപ്പ്) ചാലുകളായ് ഒലിക്കുന്ന ഓർമ്മകളിൽ'നിന്ന് നിറം പകർന്നെടുത്ത് വികലമായതെങ്കിലും ഒരു ചിത്രംവരയ്ക്കാൻ ശ്രമിക്കുന്ന കവിയെ കാണാം.

വിദ്യാലയകാലവുമായി ബന്ധപ്പെട്ട നിരവധി കവിതകൾ ഈ സമാഹാരത്തിലുണ്ട്. രേഖീയമായ ഒരു കാലത്തിലൂടെ സഞ്ചരിച്ച് പഴയവയെ കണ്ടെത്താൻ ശ്രമിക്കുകയല്ല കവി ചെയ്യുന്നത്. പഴയ പാഠങ്ങളിൽ നിന്ന് പുതിയ പാഠങ്ങൾ നിർമ്മിക്കുകയാണ് യൂസഫിലെ പഴയ വിദ്യാർത്ഥി.

'അക്ഷരത്തെറ്റ്'' എന്ന കവിതയിൽ ഗോപാലൻമാഷ് തല്ലിപ്പഠിപ്പിച്ചതിനാൽ ഒരിടത്തും വഴുതിവീഴാതെ ഏത് ഉറക്കത്തിലും കയറിപ്പോകാവുന്ന ഗോവണിപോലെ അക്ഷരങ്ങൾ കാണാപ്പാഠം പഠിച്ച ഒരു കുട്ടിയെ കാണാം. വിദ്യാലയം എന്ന സ്ഥാപനവൽക്കരിക്കപ്പെട്ട വ്യവസ്ഥയ്ക്കകത്ത് നാം അഭ്യസിക്കുന്ന സാമൂഹ്യപാഠങ്ങളും വ്യവസ്ഥാപിതമായിരിക്കും. അനുസരണയുടെയും പാകപ്പെടുത്തലുകളുടെയും

രാഷ്ട്രീയം നമ്മുടെ അബോധങ്ങളെ നാമറിയാതെ കീഴ്പ്പെടുത്തും. അത്തരം വ്യവസ്ഥകളെ ഉല്ലംഘിക്കുകയാണ് അക്ഷരങ്ങൾ തെറ്റിക്കുന്നതിലൂടെ, പഠിച്ചത് മറക്കുന്നതിലൂടെ കുട്ടി ചെയ്യുന്നത്. നമ്മൾ പഠിക്കുന്ന അക്ഷരങ്ങൾ ക്ഷരമല്ലാത്തതിനാൽ എല്ലാക്കാലത്തേക്കുമായുള്ളവയാണെന്ന് വ്യവസ്ഥ നമ്മെ ബോധ്യപ്പെടുത്തുന്നുണ്ട്. എന്നാൽ അക്ഷരം തെറ്റിക്കുന്നവരാണ് പുതിയ വഴക്കങ്ങൾ സൃഷ്ടിക്കുന്നത് എന്ന് ഈ കവിത പറയുന്നു.

'ഇപ്പോൾ പഴയപോലെ
കെട്ടാനാവുന്നില്ല
അക്ഷരമാല'

എന്നതാണ് കവിയുടെ പ്രശ്നം. കണ്ടമാത്രയിൽ ഓടിക്കളയുന്ന അക്ഷരങ്ങളെ കെണിവെച്ച് പിടിക്കേണ്ടിവരുന്നു.

'തൊട്ടാൽ കൈമുറിക്കും
ചില്ലക്ഷരങ്ങൾ
ഭാരംപേറി വിയർത്തുപോകും
കൂട്ടക്ഷരമെടുത്താൽ
മുഴങ്ങാതെ മൂളിക്കളയും
വ്യഞ്ജനപ്പറവകൾ
സ്ഥാനംതെറ്റി വീണേക്കും
ഈണം മുറിഞ്ഞ സ്വരങ്ങൾ'

എന്നതാണ് അവസ്ഥ. അക്ഷരങ്ങൾ അതുമാത്രമായി നിലനിന്നിരുന്നപ്പോൾ എല്ലാം സുഗമമായിരുന്നു. എന്നാൽ കാലം അവയ്ക്കുമുകളിൽ നിർമ്മിച്ച അർത്ഥഭാരങ്ങൾ അവയുടെ കേവലജീവിതത്തെ റദ്ദുചെയ്യുന്നു. അതുകൊണ്ട് അക്ഷരത്തേക്കാൾ അക്ഷരത്തെറ്റാണ് പ്രധാനമെന്നു വന്നു. അക്ഷരം മാത്രമായിരുന്നപ്പോൾ നിങ്ങൾക്ക് യഥേഷ്ടം വഴങ്ങിത്തരുമായിരുന്നത് ഇപ്പോൾ തിരിച്ചറിവ് വന്ന് പിടിവിട്ടു ചാടിപ്പോകുന്നു. 'മുറുകാതെ ഒരു വരി അയഞ്ഞുകിടപ്പുണ്ടാവും, പുറപ്പെട്ടുപോകും തലതെറിച്ച ചില വാക്യങ്ങൾ' എന്ന് കവി എഴുതുന്നു.

വാക്യങ്ങൾക്ക് അർത്ഥം നൽകി പൊലിപ്പിച്ചെട്ടുക്കേണ്ടിവരുമ്പോൾ നാം മുമ്പുപഠിച്ച അക്ഷരങ്ങൾക്ക് പുതിയജീവിതം

കൈവരുന്നു. ഓർമ്മകളുടെ വ്യവസ്ഥാപിതത്വമല്ല, പുതിയ ചരിത്രനിയമങ്ങളുടെയും രാഷ്ട്രീയത്തിന്റെയും അനിവാര്യതകളാണ് പ്രധാനമായിട്ടുള്ളതെന്ന് കവി മനസ്സിലാക്കുന്നു. പാഠപുസ്തകത്തിലെ അക്ഷരമാലയായി സ്ഥാവരത്വം പ്രാപിക്കുകയല്ല വഴങ്ങിത്തരാത്ത അക്ഷരങ്ങളായി കുതറിമാറുകയാണ് വ്യക്തികളുടെ യഥാർത്ഥ ധർമ്മമെന്ന് ഈ കവിത ധ്വനിപ്പിക്കുന്നു.

ഒന്നാംക്ലാസ്സ് പത്താംതരം, പുതിയ പദങ്ങൾ വിഗ്രഹിക്കുമ്പോൾ, ചരിത്രവും പൗരധർമ്മവും, ആനയെ വരയ്ക്കുമ്പോൾ, പ്രായശ്ചിത്തം, തുടങ്ങിയ കവിതകളെല്ലാം ക്ലാസ്സ്മുറിയുടെ അനുഭവലോകങ്ങളിലൂടെ കടന്നുപോകുന്നു. ക്ലാസ്സ്മുറിയിലെ കുട്ടിയല്ല ഇവയിലൊന്നും ആഖ്യാതാവ്. പഠിച്ച് പഠിച്ച് മാഷായ ഒരു കുട്ടിയാണ്! ഭാഷയും സാഹിത്യവും വ്യാകരണവും പഠിച്ച് ചരിത്രവും സാമൂഹ്യപാഠങ്ങളും പഠിച്ച് ലോകത്തെ താൻ പഠിച്ച പുതിയ വാക്കുകൾ കൊണ്ട് രേഖപ്പെടുത്താൻ ശ്രമിക്കുന്ന ഒരു മാഷുണ്ട് ഈ കവിതകളിലെല്ലാം. ക്ലാസ്സ്മുറികളാവട്ടെ പുറത്തേക്കു തുറക്കുന്ന വാതിലുകളും ജനലുകളുമുള്ളവയാണ്. താൻ കുട്ടിക്കാലത്ത് പഠിച്ച പാഠങ്ങൾക്കപ്പുറത്ത് സ്വാതന്ത്ര്യത്തിന്റെ നവലോകങ്ങൾ സ്വയംതീർക്കാൻ കൊതിക്കുന്ന കുട്ടികളുണ്ട് ഈ കവിതകളിൽ. മോഹനകൃഷ്ണൻ കാലടിയുടെയും വി.ടി.ജയദേവന്റെയും കവിതകളിൽ നാം കണ്ടുമുട്ടിയതുപോലുള്ള കുട്ടികളെ ഒരു പക്ഷേ ഈ കവിതകളിൽ കണ്ടെന്നു വരില്ല. എന്നാൽ അവയിൽ കാണാത്ത ഒരു മാഷ് യൂസഫിന്റെ കവിതകളിലുണ്ട്.

ഒന്നിൽ തുടങ്ങുകയും പത്തിൽ അവസാനിക്കുകയും ചെയ്യുന്ന സ്കൂൾ ജീവിതത്തിന്റെ കാവ്യാത്മകാവിഷ്കാരമാണ് 'ഒന്നാംക്ലാസ്സ് പത്താം തരം' എന്ന കവിത. വ്യാകരണത്തിന്റെ നാലു ചുമരുകൾക്കുള്ളിൽ തളഞ്ഞുപോകുന്ന ജീവിതങ്ങളാണ്, ഭാഷമാത്രമല്ല 'പുതിയപദങ്ങൾ വിഗ്രഹിക്കുമ്പോൾ' കവിയെ അസ്വസ്ഥനാക്കുന്നത്.

'നീ പോയ് പഠിച്ചു വരുമ്പൊഴേക്കും
നമ്മളന്യോന്യം മറന്നിരിക്കും'

എന്ന ഇടശ്ശേരിയുടെ വരികൾ ജീവിതത്തിന്റെ ജൈവികതയെ കുറിച്ചുള്ള ഓർമ്മപ്പെടുത്തൽ കൂടിയാണല്ലോ. നാം പഠിക്കുന്നത് കൂടുതൽ നല്ല മനുഷ്യരാവാനാണ് എന്നതാണ് പൊതുസമ്മതി.

എന്നാൽ നാവിൽ നിന്ന് 'നാനാ ജഗന്മനോ രമ്യഭാഷ' കൂടൊഴിഞ്ഞുപോകുന്നതരത്തിൽ വ്യാകരണത്തിന്റെ യാന്ത്രികത നമ്മെ മനുഷ്യത്വത്തിൽനിന്നുതന്നെ കുടിയിറക്കുന്നു എന്ന് ഇടശ്ശേരി തിരിച്ചറിഞ്ഞിട്ടുണ്ട്. 'പിരിച്ചെഴുതുമ്പോൾ ഇല്ലാതാകുന്നതാണ് സന്ധി' എന്നും 'അലങ്കാരങ്ങളിൽ ചിലത് ലക്ഷണത്തിനു പുറത്തു കടന്നിട്ടുണ്ട്'' എന്നും 'പൂർവ്വോത്തര മധ്യമപദങ്ങളിൽ അർത്ഥം ശ്വാസം മുട്ടി വിറങ്ങലിച്ചുകിടക്കുന്നുണ്ട്'' എന്നും യൂസഫ് എഴുതുന്നു. ഇവിടെ വ്യാകരണപ്രശ്നങ്ങൾ ഭാഷാപരിസരങ്ങൾ വിട്ട് ജീവിതത്തിന്റെ ജൈവികതയെക്കുറിച്ചുള്ള ചോദ്യങ്ങളിലേക്ക് വികസിക്കുന്നു.

ഭാഷ നമ്മുടെ ജീവിതം തന്നെയാണ് എന്ന് തിരിച്ചറിയുന്ന ഒരു കവിയുണ്ട് ഈ വരികളിൽ. ഭാഷ പരിണമിക്കുമ്പോഴും സങ്കീർണ്ണമോ യാന്ത്രികമോ ആകുമ്പോഴും നാം ജീവിതത്തിലേക്കു കൂടി നോക്കുന്നത് നന്നാവും. കാരണം ജീവിതത്തിന്റെ കയറ്റിറക്കങ്ങളാണ് ഭാഷയുടെ നിമ്നോന്നതങ്ങളായി മാറുന്നത്. ജീവിതത്തിന്റെ വ്യാകരണങ്ങൾ തെറ്റുമ്പോൾ ഭാഷയിലെ വ്യാകരണത്തിന്റെ പരിപൂർണ്ണതയ്ക്കായി നിഷ്കർഷിച്ചിട്ടു കാര്യമെന്ത്?

'ചരിത്രവും പൗരധർമ്മവും' എന്ന കവിത സൂക്ഷ്മമായ ചരിത്രവായന എന്ന നിലയ്ക്ക് ഏറെ പ്രസക്തമായ രചനയാണ്. 'പൗരധർമ്മമില്ലാത്ത ചരിത്രം കൊടിയില്ലാത്ത കൊടിമരമാ'ണെന്ന് കവിക്ക് അഭിപ്രായമുണ്ട്. ബന്ധുക്കളായിരുന്ന രണ്ടും ഇപ്പോൾ പാഠപുസ്തകത്തിൽ ഒന്നിച്ചല്ല. അവ വേർപിരിഞ്ഞിരിക്കുന്നു. 'ചരിത്രത്തിനൊരു ചരിത്രമില്ല, പൗരധർമ്മത്തിനൊരു ചരിത്രമുണ്ട്'' എന്നാണ് കവി പറയുന്നത്. പൗരധർമ്മത്തെ പൗരാണികധർമ്മമെന്ന് മാറ്റിയെഴുതേണ്ടിവരുന്നത് ചരിത്രത്തോടു ചെയ്യുന്ന അനീതിയായിരിക്കാമെങ്കിലും അതു സംഭവിച്ചേക്കാമെന്ന ഉൽക്കണ്ഠ കവിക്കുണ്ട്. പൗരൻ എന്ന കർതൃത്വം ചരിത്രപരമായി നിർണ്ണയിക്കപ്പെട്ടതാണ്. പൗരത്വത്തിലേക്ക് ഉയർത്തപ്പെടാനുള്ള അർഹതയ്ക്കുവേണ്ടിയുള്ള പോരാട്ടത്തിന്റെ ചരിത്രമാണ് നമ്മുടെ നവോത്ഥാനങ്ങളുടെ ചരിത്രം. നേടിയെടുത്ത പൗരത്വത്തിന്റെ ധർമ്മങ്ങളും ചരിത്രപരമായി നിർണ്ണയിക്കപ്പെട്ടതാണ്. ഏതുതരം പൗരത്വമാണ് നമുക്ക് ലഭിച്ചത് എന്നതും പിന്നീട് ചർച്ചചെയ്യപ്പെട്ട കാര്യമായിരുന്നു.

ദളിത്-സ്ത്രീ-ആദിവാസി-ട്രാൻസ്ജെന്റർ പൗരത്വമൊക്കെ വിശകലനവിധേയമാക്കപ്പെടുന്ന പുതിയകാലത്ത് ചരിത്രത്തിന്റെ ഏതുഘട്ടത്തിൽവെച്ചാണ് പൗരധർമ്മം വേർപിരിഞ്ഞത് എന്ന് അന്വേഷിക്കേണ്ടതുണ്ട്. പൗരാണികധർമ്മം പൗരധർമ്മമായി തെറ്റിവായിക്കപ്പെടുന്ന കാലത്ത് ചരിത്രത്തിന്റെ രാഷ്ട്രീയവായനക്ക് കൂടുതൽ പ്രസക്തിയുണ്ടെന്ന വാസ്തവം കവി പരോക്ഷമായെങ്കിലും സൂചിപ്പിക്കുന്നുണ്ട്. ഈ കവിത അങ്ങനെ രാഷ്ട്രീയമായി ബഹുതലങ്ങളുള്ള വായനയുടെ സാധ്യതകൾ തുറന്നിടുന്നുമുണ്ട്.

പ്രണയമാണ് യൂസഫിന്റെ കവിതകളിലെ ഒരു ആന്തരശ്രുതി. പിടിക്കാനായുമ്പോഴേക്കും അകലേക്ക് തെന്നിനീങ്ങുന്ന അമൂല്യമായ സ്വപ്നമായി പ്രണയം ഈ സമാഹാരത്തിലെ കവിതകളിൽ നിറയുന്നു. 'ആലിപ്പഴം' അത്തരമൊരു കവിതയാണ്. വാരിച്ചെന്നെടുക്കാനായുമ്പോഴേക്കും അലിഞ്ഞുപോകുന്ന സ്വപ്നമായി പ്രണയം മാറുന്നു.

സമീപകാലത്ത് പ്രണയകവിതകളിലൂടെ വിസ്മയിപ്പിച്ച കവിയായിരുന്നു ജിനേഷ് മടപ്പള്ളി. ഭ്രാന്തമായ പ്രണയത്തിന്റെയും കരൾനുറുങ്ങുന്ന തിരസ്കാരത്തിന്റെയും ഇരുൾത്തുരങ്കത്തിലൂടെ തനിയെ നടന്നുപോയ കവി അവസാനം ജീവിതത്തിൽനിന്നു തന്നെ സ്വയം ബഹിഷ്കൃതനായി മറഞ്ഞുപോയി. 'യുദ്ധത്തിൽ തോറ്റ പടയാളികൾ സ്വന്തം രാജ്യങ്ങളിലേക്ക് മടങ്ങുന്നതുപോലെ ഞാൻ നിന്നിൽനിന്നും മടങ്ങുന്നു' എന്നാണ് ജിനേഷ് എഴുതിയത്. ആ മടക്കത്തിന്റെ വേദനയിലാണ് പ്രണയത്തിന്റെ ഊക്കത്രയും. 'അകം കലങ്ങിയ കടലുകളാണ് തീരത്തെ കൂടുതൽ ആർത്തിയോടെ തൊടുന്നത്'' എന്നും 'നിന്നെ ഇത്രയും തീവ്രമായി സ്നേഹിച്ചതിന്റെ രഹസ്യമതായിരിക്കാം' എന്നും ജിനേഷ് എഴുതുന്നുണ്ട്. ഉൾക്കനലുകളിൽ വേവുന്നവരുടെ പ്രണയത്തിനാണ് തീവ്രത കൂടുതൽ. അത്തരം പ്രണയത്തെ വരികളിലൂടെ അനുഭവിപ്പിക്കാൻ യൂസഫിനു കഴിയുന്നുണ്ട്.

പ്രണയം പൂക്കാത്ത വഴികളിൽ ബാക്കിയാകുന്ന നരച്ച ഏകാന്തതയെക്കുറിച്ച് കവി എഴുതുന്നു. മരുപ്പറമ്പിൽ നിങ്ങളെ വസന്തത്തിലെന്നപോലെ നടക്കാൻ പ്രേരിപ്പിക്കുന്നത് പ്രണയമാണെന്ന് യൂസഫ്

ഓർമ്മിപ്പിക്കുന്നു. മലയാളകവിതയിലെ പ്രണയസന്ദർഭങ്ങളിലൂടെ സഞ്ചരിച്ചുകൊണ്ട് ഹൃദയത്തിൽ പൂത്തുനിൽക്കുന്ന പൂവനങ്ങളെക്കുറിച്ച് ഓർമ്മിപ്പിക്കുന്നു. യക്ഷനും ദമയന്തിയും ശകുന്തളയും, പി.യും ചങ്ങമ്പുഴയും ഇടപ്പള്ളിയും ചുള്ളിക്കാടും സൃഷ്ടിച്ച പ്രണയത്തിന്റെ മധുരോന്മത്തസാന്ധ്യശോഭയിലൂടെ കവി മറ്റൊരു ലോകത്തെ വിഭാവനംചെയ്യുന്നു. വിണ്ടുപൊട്ടി നരച്ചുപോവേണ്ടെങ്കിൽ പ്രണയം അതിന്റെ നിലാച്ചുണ്ടുകൾ കൊണ്ട് ഹൃദയത്തിൽ ചുംബിക്കേണ്ടതുണ്ടെന്നാണ് കവി ഓർമ്മിപ്പിക്കുന്നത്. വെട്ടിയാലും പൂക്കുന്നതാണ് ആ ചില്ലയെന്നും അതിൽനിന്നും ഇറ്റുവീഴുന്ന മധുവാണ് ജീവിതത്തിന് ലഹരിപകരുന്നതെന്നും നാം തിരിച്ചറിയുന്നു.

ഒന്നും അന്യമല്ലാത്തതും ഏതുതിരിവിൽനിന്നും കവിതയായി വേഷം മാറാവുന്നതുമായ അനുഭങ്ങൾ യൂസഫ് കവിതയിലേക്ക് ചേർത്തുവെയ്ക്കുന്നു. വായനയുടെ ഋതുപ്പകർച്ചയിൽ കൂടെപ്പോന്ന പാഠപുസ്തകാനുഭവങ്ങളെ ചേർത്തുവെച്ച് പാഠാന്തരത്വത്തിലേക്ക് സഞ്ചരിക്കാൻ പ്രേരിപ്പിക്കുന്ന അനേകം വിതാനങ്ങൾ യൂസഫിന്റെ കവിതകളിലുണ്ട്. അനേകാഗ്രതയാണ് ഈ കവിതകളുടെ മുഖമുദ്രകൾ എന്നു തോന്നുന്നു. എല്ലാ കവിതകളെയും പരസ്പരം ബന്ധിപ്പിക്കാവുന്ന ഉൾനാരുകൾ ഇല്ല എന്നത് തീർച്ചയായും വൈവിധ്യത്തിന്റെ ബഹുസ്വരസംഗീതമായി മാറാൻ കവിതകളെ സഹായിക്കുന്നു.

പുറത്തേക്കും അകത്തേക്കും ഒരേപോലെ ദൃഷ്ടിചെല്ലുന്ന ഒരു കവിയായി, സ്ത്രീയെയും പരിസ്ഥിതിയെയും സമൂഹസംവിധാനത്തിന്റെ കെടുനീതികളെയും പതിഞ്ഞ ഒച്ചയിൽ വരച്ചിടാൻ യൂസഫിന്റെ കവിതകൾ ജാഗ്രതപുലർത്തുന്നുണ്ട്. കടും ചായങ്ങൾ ഉപയോഗിച്ചോ ഉപരിപ്ലവമായോ അവ ആവിഷ്കരിക്കുകയല്ല കവി ചെയ്യുന്നത്. തന്റെ നോട്ടങ്ങളിലെല്ലാം ഒരു കാർട്ടൂണിസ്റ്റിന്റെ ചെരിഞ്ഞ ദൃഷ്ടി സൂക്ഷിക്കാൻ അദ്ദേഹം നിഷ്കർഷ പുലർത്തുന്നുണ്ട്.

ചിതറിപ്പോയ ഒരു ലോകത്തെ അത്രമേൽ ചിതറിയ വാക്കുകൾ കൊണ്ട് വാരിക്കൂട്ടാൻ ശ്രമിക്കുന്നതിന്റെ ആയാസം യൂസഫിന്റെ കവിതകളെ വൈവിധ്യപൂർണ്ണമാക്കുന്നു.

●